उपेक्षितांचं जगणं

संदीप रामराव काळे

सकाळ प्रकाशन

सकाळ प्रकाशन

Upekshitanche Jagane

उपेक्षितांचं जगणं

संदीप रामराव काळे

प्रथम आवृत्ती : ऑगस्ट २०२३

प्रकाशक : सकाळ मीडिया प्रा. लि.
५९५, बुधवार पेठ, पुणे ४११००२

मुखपृष्ठ-मांडणी : प्रदीप खेतमर, आर्ट ॲडव्हर्टायझिंग

मुद्रणस्थळ : विकास प्रिंटिंग अँड कॅरिअर्स प्रा. लि.
प्लॉट नं. ३२, एमआयडीसी, सातपूर, नाशिक

ISBN : 978-81-19311-24-8

संपर्क : ०२०-२४४० ५६७८ / ८८८८८ ४९०५०
sakalprakashan@esakal. com

अथर्व उर्फ जयेश आणि अर्णव
ह्या माझ्या दोन गोंडस, गुणी राजकुमारांना
हे माझे पुस्तकरूपी
पुष्प अर्पण!

संपून जातील जुनाट वाटा..!

■

भोवताली प्रचंड अंधार आहे... त्या अंधारात तेवणारी एक छोटीशी पणती 'मी प्रकाशमान आहे', असा जणू धीर देऊन जाते. अगदी तसेच आजच्या चढाओढीच्या आणि स्पर्धा असलेल्या कंटेंटच्या काळात 'भ्रमंती लाईव्ह'सारखा कॉलम हा त्या छोट्याशा पणतीसारखा 'मी काहीतरी चांगले करतोय' हा आशावाद रूजवण्याचा प्रयत्नच म्हणा ना! किंबहुना त्याला यश येऊ लागलेय. गैर परंपरा, वाईट प्रथा यांच्या जुनाट वाटा पुसण्याचे, संपवून टाकण्याचे काम दर आठवड्याला 'भ्रमंती लाईव्ह' या आठशे शब्दांच्या कॉलममधून हाती घेतले. त्याला किती यश मिळाले, हे मोजणारी फूटपट्टी माझ्याकडे निश्चितच नाही. मात्र आमची वेगळी ओळख झाली, आमच्या कामाला गती मिळाली, आमच्या अवतीभवती असणारे अनेक विषय आम्हाला समजले, आम्ही कुणाला तरी मदत केली, आम्ही कुणाला तरी शुभेच्छा दिल्या आणि ज्योतसे ज्योत जलाने का ये काम कही तो आगे चल रहा है, असे वाटणाऱ्या सर्व लोकांचे आशीर्वाद मात्र नक्की आहेत. प्रयत्न केल्यानंतर सारे काही घडून येतेच, यात शंका नाही. मात्र आपण त्या ताकदीने प्रयत्न करत नाही, हेही तेवढेच खरे आहे.

अतिरंजकता दाखवणे, इमोशनल करणे आणि प्रवाहाच्या विरोधात काहीतरी शब्दबंबाळ करून, लोकांच्या मनावर बिंबवून लोकांची वाहवा मिळवणे, हे मला कधी जमले नाही, जमणारही नाही. जे आहे ते थेटपणे मांडणे; विषयाचा संबंध विश्वाशी कसा आहे, हे लोकांना पटवून देत त्यातून नवीन काहीतरी निर्माण करणे; चुकीचे आहे ते बंद व्हावे, यासाठीचा हा लेखन प्रपंच आहे. जुनाट वाटा पूर्णपणे कधी संपतील माहिती नाही, पण या वाटा

मिटण्यासाठीची एक प्रक्रिया निश्चित सुरू झालेली आहे. या प्रक्रियेतून निर्माण झालेली सकारात्मकता कुठेतरी जाणवते, ती कुठेतरी पेटलेली आहे, ती कुठल्या तरी कार्यामध्ये मग्न झालेली आहे. एक सामाजिक दिशा देण्याचे काम या निमित्ताने होते, ते खरे आहे.

एकदा मी आणि श्रीराम पवार सर गाडीमध्ये प्रवास करत होतो. बोलता बोलता श्रीराम सर म्हणाले, "आपण ज्या उद्देशाने 'भ्रमंती लाईव्ह' हा कॉलम सुरू केला होता, मला कधी वाटले नव्हते की या कॉलमला इतका प्रतिसाद मिळेल." मी होकारार्थी मान हालवली. पाठीवर शाबासकीची थाप मारणे, एखाद्या कामाला चांगली गती मिळवून देणे, त्यातून आणखी काहीतरी नवीन निर्माण करणे, 'तुम्ही हे करू शकता' असा आत्मविश्वास देणे, ही श्रीराम पवार सरांची खासियत आहे. 'सकाळ'च्या संस्कारांनी ते एकदम ओतप्रोत भरलेले आहेत. त्यातून माझ्यासारख्यांच्या दुसऱ्या-तिसऱ्या फळीला घडवण्याचे काम त्यांनी केले. माझी भ्रमंती, प्रवास हा श्रीराम पवार सर, 'सकाळ'चे संस्कार या सगळ्याभोवती फिरत असतो. त्यातूनच लिखाणासाठी मिळत असलेल्या स्वातंत्र्यामुळे उमेदीचे, सकारात्मकतेचे विचार कागदावर येऊ लागतात आणि अवती भोवती त्याच्या क्रिया-प्रतिक्रिया घडू लागतात.

हे माझे कितवे पुस्तक आहे, असे विचाराल तर तो आकडा निश्चितच खूप मोठा आहे; परंतु माझे येणारे प्रत्येक पुस्तक हे इथल्या रंजलेल्या, गांजलेल्या, उपेक्षित घटकांच्या नोंदी घेणारा दस्तऐवज असतो, हे खरे आहे. पुस्तकाच्या चार आवृत्त्या विकल्या आणि ते थांबले, असे कधी होत नाही. त्यामध्ये निश्चितपणे सातत्य असते. तसेच 'सकाळ प्रकाशन' पुस्तक दूरपर्यंत पोचवण्यासाठी आणि उत्तम निर्मितीसाठी जोरकसपणे प्रयत्न करते. त्यामुळे पुस्तकाच्या प्रत्येक शब्द निर्मितीपासून ते पुस्तक वाचकांपर्यंत पोहोचविण्यापर्यंत ज्यांनी ज्यांनी मला मदत केली त्या सर्वांचे मी मनापासून आभार मानतो. तसेच माझा हा ऐतिहासिक आणि भावनिक दस्तऐवज मी वाचकांच्या हाती सुपूर्द करतो.

प्रिय वाचक हो, तुमचे प्रेम असेच राहू द्या. तुमच्या मनामधले, तुमच्या भावनेशी संबंधित असणारा तो प्रत्येक शब्द न् शब्द कागदावर येण्यासाठी तुमचे प्रोत्साहन खूप महत्त्वाचे आहे. तुमच्या अभिप्रायाच्या प्रतीक्षेत! धन्यवाद!

- संदीप काळे

संपादक, सकाळ माध्यम समूह

संपेल अंधार इथला

■

संदीपच्या पुस्तकावर प्रस्तावना लिहिताना मला मनापासून आनंद होत आहे. नाव संदीप, संदीपच्या नावातच प्रकाशमान असा अर्थ लपलेला आहे. संदीपच्या प्रत्येक उपक्रमामध्ये दुसऱ्यांना काहीतरी देण्यासंदर्भात त्याची सातत्याने धडपड सुरू असते. त्याच्याकडे काय आहे, तो किती श्रीमंत आहे, हे मला माहिती आहे. त्याच्याकडे सगळे काही जेमतेम आहे. तो फार छोटेखानी आहे, पण त्याने जे जे उभे केले आहे त्याची मोजदाद करता येणार नाही. मुळात, त्याच्या निर्मिती स्टाइलची प्रक्रिया वेगळी आहे. तो जे काही करतो ते समाजाला समोर ठेवून करतो. समाजाचे हित साधले पाहिजे, समाजाचा आशीर्वाद घेतला पाहिजे, लोकांसाठी लिहिले पाहिजे, लोकांसाठी झगडले पाहिजे, यासाठी तो नेहमी आग्रही असतो. या पुस्तकाच्या निमित्ताने जेव्हा मी प्रत्येक पान आणि पान वाचत होतो, तेव्हा मला ते सगळे जुने, मी वाचलेले लेख आठवत होते. आजही दर रविवारी सकाळी न चुकता मी संदीपला फोन करतो. रविवारच्या लेखावर अभिप्राय देतो. तो लेख कसला तो एका प्रकारे चमत्कार असायचा. म्हणजे एक साधा माणूस, काहीतरी वेगळी निर्मिती करतो किंवा एक माणूस असा अडकलेला आहे आणि त्या अडकलेल्यामधून त्याला बाहेर निघणे कठीण आहे. अशा लोकांची केस स्टडी घेऊन समाजाला धडा देण्याचे काम या लेखप्रपंचाच्या माध्यमातून होत असते.

वर्तमानपत्रे मोजता येणार नाहीत, साप्ताहिकांची संख्या सांगणे कठीण होऊन जाईल, एवढी मोठी यांची आकडेवारी आहे; पण त्यातील अगदी बोटावर

मोजण्याइतकेच लेख, बातम्या लक्षात राहतात. त्यामध्ये संदीपच्या 'भ्रमंती लाईव्ह' कॉलमचा नंबर अग्रणी येतो.

तुम्ही रविवारच्या अंकात संदीप काळेचा लेख वाचता का, अशी चर्चा आठवड्यातून दोन-तीन वेळा जर कानावर नाही पडली तर आश्चर्य वाटेल. हे संदीपला जमते आणि बाकीच्यांना जमत नाही अशातला भाग नाही, पण ते संदीपने खूप छान पद्धतीने जमवले आहे. ते जमवून घेण्याची प्रक्रिया सातत्याने सुरू आहे. एक विषय जेव्हा जन्माला येतो. त्या विषयाच्या खोलापर्यंत जाताना होत असलेल्या यातना कठीण असतात. मिळणारी माहिती आणि त्या माहितीच्या जोरावर त्या पात्रांचे असलेले वेगळेपण हे सतत मनामध्ये घर करून राहते. एक प्रश्न मला सतत पडत असतो, की संदीपलाच अशी माणसे कशी काय भेटतात, हाच कसे दुःख पाहतो, आम्हाला हे दुःख का दिसत नाही. मी संदीपला या विषयी बोललो तेव्हा त्याने मला सांगितले की, "त्यासाठी तुम्हाला माझ्याबरोबर फिरावे लागेल. माझ्यासोबत यावे लागेल." मी संदीपसोबत गेलो. तो अनेक विषय त्याच्या स्टाईलने कसे हाताळतो, हे मी पाहिले. त्याचा हातखंडा वेगळा आहे म्हणून त्याला समाजाकडे पाहताना सगळे विषय वेगळे वाटतात. जे चुकीचे आहे त्याला शब्दांचे फटकारे मारले पाहिजेत, या भूमिकेतून तो वावरत असतो. घर नाही, दार नाही, कशाचा मोह नाही, फिरत राहायचे आणि नावीन्यपूर्ण काहीतरी शोधत राहायचे. हा त्याचा छंद बनलेला आहे. जेव्हा तुमचा रोजचा छंद तुमच्या जिव्हाळ्याचा विषय होतो. तुमच्या भावनेचा विषय होतो तेव्हा सातत्याने काहीतरी नवनिर्मिती होते. माझ्यासारख्या एका शिक्षकाला आपला शिष्य समाजासाठी वेगळे काहीतरी करतोय, त्याचे रिझल्ट दिसताहेत, यापेक्षा अजून काय हवे आहे! संदीप पहिल्यापासून असाच आहे. त्याची प्रत्येक कल्पना, त्याचे प्रत्येक लिखाण, त्याची माणसे जपण्याची स्टाईल, हे सारे काही वेगळे आहे.

या पुस्तकातल्या प्रत्येक पानामध्ये माणुसकीचा प्रत्येक शब्द न् शब्द पाझरताना दिसतोय. समाजामध्ये प्रचंड दुःख आहे, वेदना आहेत, समस्या आहेत. या सगळ्या समस्या, वेदनेला आपण पूर्णपणे जादूची कांडी फिरवून दूर करू शकत नाही, पण छोट्या छोट्या पद्धतीने या समस्यांना दूर करण्या संदर्भातले पाऊल आपण जर उचलले तर निश्चितच मार्ग निघू शकेल. त्यानंतरच एक दिवस 'आता इथे समस्या नाहीत,' असा बोर्ड लागेल. तो बोर्ड प्रत्येकाच्या मनावर

असेल. हे जणू संदीपला आपल्या लिखाणाच्या माध्यमातून सांगायचे आहे.

जे का रंजले गांजले । त्यासि म्हणे जो आपुलें ॥१॥
तोचि साधु ओळखावा । देव तेथेंचि जाणावा ॥२॥

संत तुकाराममहाराजांचे वचन संदीपच्या लिखाणासाठी तंतोतंत लागू पडते. देव मंदिरामध्ये शोधण्यापेक्षा एखाद्या गरजूंच्या भावनांमध्ये शोधा. देव घरापासून दूर जाऊन शोधण्यापेक्षा आपल्या घरात, आपल्या आई-वडिलांमध्ये शोधा; असे कितीतरी दाखले देणारे संदीपचे लेख आहेत, की जे लेख आपल्यातील वाढत चाललेला दुरावा दाखवण्याचे काम करतात.

हे जग स्वार्थीपणाने बरबटलेले आहे. प्रत्येक जण मोहपाशात अडकलेला आहे. मला अजून पाहिजे, या भावनेतून माणुसकीच्या नात्यात दुरावा वाढत चाललेला आहे. रशियन कवी जुलो टर्की त्याच्या 'द फायर' नावाच्या पुस्तकात लिहितो. जेव्हा तुमचा अंतर्मनाशी होणारा संवाद तुटतो, तेव्हा तुमच्या मनाची जागा एका रिमोट कंट्रोलने घेतलेली असते. तो रिमोट कंट्रोल कुठे थांबेल, कुठे वार करेल, हे सांगता येत नाही. त्यामुळे तुमच्या अंतर्मनाशी संवाद असू द्या. तुमच्या अवतीभवती जे काही घडते. त्यावर तुमचे बारकाईने निरीक्षण असू द्या. या जगाला फक्त तुमच्याभोवती फिरते ठेवू नका. तर तुम्ही या जगाभोवती फिरा. जुलो यांनी सांगितलेला हा मार्ग संदीपच्या लेखनामध्ये सातत्याने झिरपताना दिसतोय. तुमच्या अवतीभवती असणारे अनेक जण ज्यांना मदतीची गरज आहे. ज्यांना आधाराची गरज आहे. ज्यांना प्रेमाची गरज आहे. त्यांना ते देत चला. किंबहुना तुमच्या संवादामध्ये, तुमच्या लिखाणांमधून त्याला ते इतर कोणाकडे मिळेल का, याचीही आखणी करा. हेच संदीपला त्याच्या लिखाणामधून सांगायचे असते, प्रतीत करायचे असते. सध्याचा काळ हा माध्यमांची 'स्पेस' विकत मिळण्याचा काळ आहे. अशा काळामध्ये सामाजिक वेदनेला फुंकर घालून काहीतरी चार शब्द लिहायचे, त्याचा समाजावर इम्पॅक्ट घडवून आणायचा, हे ज्याला सुचेल तो थोडासा वेगळाच म्हणावा लागेल. भ्रमंतीच्या माध्यमातून वेदनेला फुंकर घालायचे काम सातत्याने होते. दुःख मांडण्यासाठी माध्यमांकडे थोडाही स्पेस नाही का, असा प्रश्न जर कोणी विचारत असेल तर त्याला भ्रमंती आणि संदीपचे लिखाण हेच उत्तर आहे. जपानमधला कवी लुस्को हा प्रचंड भ्रमंती करणारा पत्रकार आहे. त्याची भ्रमंतीवरची अनेक पुस्तके सर्वांना परिचित आहेत. त्याच्या 'माय जर्नी' नावाच्या पुस्तकात तो म्हणतो, तुमच्याकडे खूप

काही आहे, पण निरीक्षण शक्ती नाही तर तुमचे आयुष्य निरर्थक आहे. तुमच्याकडे प्रचंड पैसा आहे, पण देण्याची दानत नाही तर तुमचा तो पैसा व्यर्थ आहे. एखाद्या अडचणीवर तुम्ही सहजपणे मात करू शकता आणि तुमच्या बुद्धीच्या माध्यमातून इतरांना मदत करू शकता, असे असूनही जर तुम्ही मदत करत नसाल तर तुमच्या बुद्धीला काही अर्थ नाही. वेदनेवर फुंकर घालणे आणि वेदनेच्या मुळाशी जाऊन फुंकर घालणे, या दोन वेगवेगळ्या क्रिया प्रक्रिया आहेत. या ज्यांना उत्तम रीतीने जमतील तो समाजासाठी खरेच काहीतरी करतोय, अशी भावना मनामध्ये येऊ लागते. लुस्को आता जर असता तर त्याला 'सकाळ'च्या 'सप्तरंग' मधला तो भ्रमंतीचा प्रत्येक लेख त्याच्या विचाराचा पाईक वाटला असता.

संदीपच्या अजून लेखन प्रपंचासाठी माझ्या मनःपूर्वक शुभेच्छा आणि आशीर्वादही.

- प्रा. सुरेश पुरी

औरंगाबाद

अनुक्रमणिका

■

१.

जखमांचे ठिगळ!

प्राचार्य डॉ. सविता गिरे-पाटील यांची भेट घेऊन मी वडूजहून निघालो. सविता यांच्या सेजल आणि ईशीता या दोन्ही मुली मला एक दिवस राहा म्हणून आग्रह करत होत्या. पुण्यामध्ये मला तातडीचे काम होते, त्यामुळे मला पुण्यात जाणे गरजेचे होते. त्यामुळे मी तातडीने पुण्याकडे निघालो. काही वेळातच मी साताऱ्याला पोहोचणार होतो. कच्च्या रस्त्याने पाठीचा कणा मोडतोय की काय, असा प्रश्न मला पडला होता. मी माझा सारथी गणेश डावखरेला गाडी बाजूला लावायला सांगितले. गाडी बाजूला लावून आम्ही दोघेही गप्पा मारत खालच्या रस्त्याने पाय मोकळे करत होतो.

थोड्याशा अंतरावर कोणीतरी गाणे गुणगुणत आहे, हे आमच्या लक्षात आले. जसजशी पावले पुढे जात होती, तसतसा तो आवाज अधिक गोडव्याने माझ्या कानांवर पडत होता. एका शेतामध्ये आजी आणि आजोबा दोघेही छान आवाजात गाणे म्हणत होते. आम्ही दोघेजण त्यांचे गाणे ऐकतोय हे त्यांच्या लक्षात आले. मी आजी-आजोबांना म्हणालो, "तुमचा आवाज खूप छान आहे. तुमचे शेत खूप बहरले आहे. मेथीही छान आली आहे." मेथीचा पाला खुडत-खुडत आजोबा म्हणाले, "आमचे शेत कुठले, आम्ही थोडीशी भाजी न्यायला आलोय इथे." मी म्हणालो, "कुठल्या गावचे तुम्ही?" आजोबा म्हणाले, "आम्ही सांगलीचे." "इकडे पाहुण्यांकडे आलात का?" आजी म्हणाल्या, "इथे वृद्धाश्रमात राहतो." माझ्या पोटात एकदम धस्स झाले. आपल्या लुगड्याच्या

एका साइडला आजीने ती भाजी टाकली. ते दोघेही त्या वृद्धाश्रमाच्या दिशेने निघाले.

आम्हीही त्यांच्यासोबत निघालो. कोरेगाव रस्त्याजवळ 'मातोश्री वृद्धाश्रम' असा मोठा बोर्ड समोर लावला होता. त्या वृद्धाश्रमाच्या दारावरच चार-पाच वृद्ध स्त्रिया गप्पा मारत बसल्या होत्या, त्यांच्यामागे जाऊन थांबलो. त्यापैकी एक बाई दुसऱ्यांना म्हणत होत्या, "पेपरमध्ये आलेला फोटो माझ्या नातवासारखाच आहे. अगदी असाच दिसतो माझा नातू."

त्या बाई म्हणाल्या, "तीन वर्षं झाली, पण तुझा नातू कधी भेटायला तर आला नाही तुला."

त्या बोलणाऱ्या बाई गप्प बसल्या.

ते आजोबा मला व्यवस्थापकांच्या केबिनमध्ये घेऊन गेले. व्यवस्थापक सूर्यकांत सागरे यांच्याशी आजोबांनी माझा परिचय करून दिला. आमच्या गप्पा झाल्या. सांगलीच्या शरद पाटलांनी हा वृद्धाश्रम सुरू करून, त्या भागामध्ये ज्या वृद्धांना कुणीही वाली नाही अशांना आधार देण्याचे काम केले आहे. पाटील यांचे खूप मोठे काम होते. मी त्या आजी-आजोबांशी गप्पा मारत बसलो होतो. मी आल्याचे पाहून आणखी काही वृद्ध मंडळी माझ्या आजूबाजूला जमा होऊ लागली, माझी विचारपूस करू लागली. कुणी सेवानिवृत्त इंजिनिअर, प्रशासकीय अधिकारी होते. सगळ्यांशी माझे बोलणे सुरू होते. त्या बहुतांश वृद्धांची एकच समस्या होती - सुनेने सांभाळायला नाकारले, सुनेला मी ओझे वाटायला लागलो, सुनेला मी टाकाऊ वस्तूसारखा वाटायला लागलो, त्यातून वाद व्हायला लागले. मुलगा दोन्हीकडे कैचीमध्ये सापडलेला, असे सांगणाऱ्यांची संख्या खूप होती. माझ्या मनात प्रश्न पडला, सून कधीतरी म्हातारी होणारच आहे ना? तिच्यावर अशी वेळ आली तर मग कसे होईल? त्या वृद्धाश्रमात प्रत्येकाची एक कहाणी होती. आपण ते ऐकून किती वेळा रडावे असे झाले होते. आयुष्यभर मुलांसाठी आपण काहीतरी केले पाहिजे, या विचारातून स्वतःसाठी कधी दोन मिनिटे वेळ काढला नाही. घर बांधले, मुलांना उत्तम शिक्षण दिले, त्यांच्यासाठी जमापुंजी केली, त्यांचे थाटामाटात लग्न केले. वाट्टेल ते, म्हणतील त्या गोष्टी त्यांना उपलब्ध करून दिल्या आणि जेव्हा ते उडायला लागले, तेव्हा त्यांनीच आम्हाला आमच्या घरामधून बाहेर काढले... अशी सगळ्यांची समान कहाणी होती. मी ज्या आजी-आजोबांसोबत आलो होतो, त्यांनी आपल्या पेटीमधून दोन

बिस्किटचे पुडे बाहेर काढले. एक गणेशच्या हातात ठेवला आणि एक माझ्या हातात ठेवला आणि म्हणाले, "परवाच एका साहेबाचा वाढदिवस होता, त्यांनी दिले. नाही म्हणू नका. दोन बिस्किटे का होईना खा, मला बरे वाटेल."

असे म्हणत त्या आजीने माझ्या पाठीवरून हात फिरवला. मी आजीला म्हणालो, "तुम्हाला किती भाऊ - बहिणी?" आजी म्हणाल्या, "एक भाऊ आणि तीन बहिणी." "आणि मूलबाळ?" मी पुन्हा म्हणालो. आजी म्हणाल्या, "मूलबाळ नाही. बहिणी वारल्या. मी माझ्या दिराचा एक मुलगा दत्तक घेतला होता. त्याचे लग्न झाले. मुलेबाळे झाली. आम्ही सगळे आमचे त्याच्या नावावर करून दिले. त्याला सगळे मिळाल्यावर, त्याला आम्ही जड वाटू लागलो. भांडण-तंटे, वादावादीपेक्षा आपल्याच घरातून बाहेर पडून इथे आश्रमात आलो." मी आजीला म्हणालो, "तुमचा भाऊ?" मी भावाचे नाव काढताच आजीच्या डोळ्यांमध्ये चटकन पाणी आले. आपल्या फाटलेल्या लुगड्याच्या पदराने आजी आपले डोळे पुसत होती. मी आजीला काही बोलणार तितक्यात आजोबा म्हणाले, "माझ्या पत्नीला एक भाऊ आहे. तो चहाचा गाडा चालवत आपल्या कुटुंबाचा उदरनिर्वाह करतो. जसे बहीण वृद्धाश्रमात जाऊन राहणार आहे असे कळाले, तेव्हापासून तो खचून गेला. ह्या बहीण-भावाचे एकमेकांवर फार प्रेम आहे. तिने आता घातलेले ठिगळांचे लुगडे चार वर्षांपूर्वी भावाने एका भाऊबीजेला दिले होते. त्याच्यानंतर भाऊ आलाच नाही." मी म्हणालो, "का आला नाही? भावाच्या बायकोने त्याला बजावले आहे, 'त्या बाईचे तोंड पहाल, तर माझे मेलेले तोंड पाहावे लागेल.' त्यानंतर भाऊ बिचारा परत कधी आलाच नाही. आता जेव्हा-जेव्हा फोनवरून बोलतो, तेव्हा हे दोघेजण खूप रडत असतात." आजोबा त्या आजीचे आणि तिच्या भावाचे असलेले प्रेम सांगत होते.

आजी म्हणाल्या, "माझा भाऊ लई चांगला आहे; पण काय करणार, बिचाऱ्याच्या मागे संसार लागला." आजी भावुक झाल्या होत्या. बाजूला बसलेल्या चारही महिला मला सांगत होत्या. 'आम्हाला, कुणाला नातवाची आठवण येते, कुणाला मुलाची आठवण येते, कुणाला मुलीची आठवण येते; पण हिला भावाची आठवण येते आणि भावाची आठवण काढून ती खूप रडते.'

आजी म्हणाल्या, "लहानपणापासून माझ्या भावाने, आई-वडील नसताना, तळहातावरच्या फोडाप्रमाणे मला जपले. मला कधीही आई-वडिलांची कमी भासू दिली नाही. माझेच नशीब फुटके, मला मूलबाळ झाले नाही, नाहीतर ही

वेळ माझ्यावर आली नसती." आजी एक-एक करून मला त्यांच्या आयुष्यातले अनेक प्रसंग सांगत होत्या आणि मी ऐकत होतो. मध्ये-मध्ये आजोबाही या सगळ्या प्रसंगाला दुजोरा देत होते. काय ते आयुष्य होते आणि आज काय झाले. शेवटी तो वृद्धाश्रम, त्याला घराची सर कशी काय येणार? तिथे असलेली माणसे खाणं-पिणं अशा गरजांनी भलेही समाधानी असतील; परंतु आपुलकीचा आणि घर नावाचा जिव्हाळा वृद्धाश्रमाच्या इमारतीमध्ये कुणालाही मिळत नसेल. अलीकडे वृद्धाश्रमांची संख्या वाढतेय आणि माणसातली माणुसकी कमी होतेय.

आजोबा म्हणाले, "तिच्याकडे अनेक लुगडी आहेत, पण ती भावाच्या आठवणीमध्ये ते ठिगळे लावलेलेच लुगडे घालते. मी तिला कित्येक वेळा सांगितले, हे लुगडे आता जीर्ण झालेय, आता हे टाकून दे." तेव्हा ती म्हणते, "माझ्या भावाचा हात माझ्या पाठीवर आहे, असे या लुगड्याच्या स्पर्शावरून वाटते." आजोबा बोलताना आजी जेव्हा ऐकत होत्या, तेव्हा आजीला रडणे आवरत नव्हते. बाजूच्याही अनेक महिला आपले ओले झालेले डोळे पुसत होत्या. येथे अनेक जणी ठिगळांचे लुगडे घालून, आपल्या आयुष्यात असलेल्या आठवणी जपत दिवस काढत होत्या; पण त्या भळभळणाऱ्या जखमांच्या ठिगळांचे काय, ज्या आपल्याच माणसांमुळे झाल्या होत्या? त्या जखमांवरून मायेचे पांघरून टाकत, मी त्या सगळ्यांचा निरोप घेऊन तिथून निघालो.

डोक्याचा विचार करून करून भुगा झाला होता. मला त्या वृद्धाश्रमात असणाऱ्यांच्या मुलांची, नातेवाइकांची किव येत होती. कारण आज ना उद्या त्यांच्यावरही ही वेळ येणार होतीच. निसर्गाचा कोप इथेच होतो. याचे अनेक दाखले आहेत. हे वृद्धाश्रमात असणाऱ्यांचे झाले आणि जे म्हातारे घरातच आपला जीव मुठीत धरून दिवस काढतात, घरात वृद्धाश्रमासारखे जगतात, त्यांचाही प्रश्न आहेच की!

प्रेमाच्या वागणुकीतून वृद्धाश्रमांची संख्या कमी झाली पाहिजे. प्रत्येकाच्या घरात असणाऱ्या म्हाताऱ्या माणसांवरचे प्रेम अधिक वाढले पाहिजे. यासाठी तुम्ही-आम्ही नक्कीच काहीतरी करू शकतो. ते आतापासून सुरू करू, बरोबर ना?

■

२.

कधी येणार हे मरण!

माझा मित्र सचिन पाठक याचा त्या दिवशी रात्री फोन आला. म्हणाला, “बाबा गेले, उद्या अमरावतीमध्ये अंत्यसंस्कार आहेत. सचिनचा निरोप ऐकून माझ्या मनात धस्स झाले. सचिन माझा औरंगाबादमध्ये शिकायला असतानाचा मित्र. आम्ही दोघेजण त्या वेळी अनेक सामाजिक चळवळींमध्ये सक्रिय होतो. सचिनच्या अमरावतीमधल्या घरी माझे नेहमी येणे-जाणे असायचे. मी दुसऱ्या दिवशी अमरावतीला पोहोचलो. सचिनच्या कुटुंबीयांत रडून-रडून प्राण शिल्लक नव्हता. सगळे घर एकदम शांत होते. मला पाहताक्षणी सर्वांनीच पुन्हा हंबरडा फोडला. मलाही त्या घरातले काकांसोबतचे जुने दिवस आठवले. घराबाहेर बसलेली शहाणीसुरती माणसे, ‘चला चला आता खूप उशीर झाला,’ म्हणून स्मशानभूमीत जाण्यासाठी गडबड करत होती. आम्ही निघालो. खूप जवळची माणसे त्या अंत्यसंस्कारामध्ये सहभागी झाली होती. सर्वांत समोर एक छोटा मुलगा पुंगी वाजवत होता; आणि त्याच मुलासोबत एक अत्यंत म्हातारी व्यक्ती डफडे वाजवत होती.

सगळी माणसे शांत होती, पण त्या डफडे आणि पुंगीचा आवाज मनाला सांगून जात होता, ‘‘बापा, ज्या माणसाने आयुष्यभर इतरांना आनंदी ठेवले, त्या माणसाची अंतिम यात्रा कशी ‘प्रसन्न’ सुरांनी सजली पाहिजे.’’

अंत्यसंस्कार आटोपले. माणसे घराकडे निघाली. घरी गेल्यावर काही विधी असतात म्हणून सचिन आणि त्याचे कुटुंब पुढे लवकर घरी गेले. मी मागेच

होतो. अमरावतीचे माझे मित्र संतोष देशमुख, अजय पाटील हे दोन्ही मित्र माझ्यासोबत होते. त्या स्मशानाच्या गेटवर तो डफडे वाजवणारा म्हातारा माणूस, घरी जाणाऱ्या प्रत्येक माणसाला 'मालक, पैसे द्या ना,' असे म्हणत विनवणी करत होता. माझ्यासोबत असणारा देशमुख म्हणाला, ''घरधनीच निघून गेला, आता बाकीची माणसे यांना पैसे देणार.'' बिचारा तो म्हातारा एका हाताने घाम पुसत होता आणि दुसऱ्या हाताने 'मला माझे पैसे द्या' म्हणून विनंती करत होता. मी त्या व्यक्तीच्या समोर जाऊन उभा राहत त्या व्यक्तीला म्हणालो, ''किती झाले तुमचे पैसे?'' त्या म्हाताऱ्या व्यक्तीसोबत असणारा छोटासा मुलगा म्हणाला, ''साहेब, अशा वेळी इतकेच पैसे द्या, म्हणून कोणी पैसे मागते का? जे द्यायचे ते द्या.'' एवढ्याशा पोराला एवढी अक्कल कशी काय आली असेल, असे माझे मलाच वाटत होते. मी खिशामध्ये हात घातला, दोघांच्याही हातावर पैसे ठेवले. दोघांचेही चेहरे एकदम फुलले. पैसे घेऊन ते दोघे गेले. म्हणतात ना, माणूस मेल्यावर त्याची किंमत कळते, तसेच झाले काकांसोबत. सचिन स्मशानभूमीकडे येतानाच मला सांगत होता, ''बाबाला वाटले, मला तिन्ही मुली झाल्यात, अजून एखादा मुलगा होऊ द्यावा. मला त्यांचे ऐकायचे होते; पण बायको ऐकेना. अमरावतीमध्ये असणारी माझी नोकरीही तिने मला सोडायला लावली. घरी रोज वाद होऊ लागले. म्हणून मी पुण्याला गेलो होतो. चारच महिने झाले होते. बाबाला छातीत दुखायला लागले म्हणून तीन दिवसांपूर्वी दवाखान्यात दाखल केले. आम्ही पोहोचलो, सगळेजण भेटलो. मुलींसोबत हसत हसत बापाने जीव सोडला. आई म्हणत होती, मुलींची आठवण काढतच बाप सगळा खंगून गेला होता.''

माझ्या मनात प्रश्न येत होता, कशाला मुले शिकवून मोठी करायची? ज्या काळात म्हाताऱ्या आई-वडिलांना कुणाची तरी गरज असते, त्या काळात तुम्ही त्यांना सोडून द्यावे म्हणून काय? माझ्या मनात सारखे तेच तेच विचार येत होते. दोन्ही मित्रांसह मी घराकडे जायला निघालो. काही अंतर गाडीने गेल्यावर तो म्हातारा माणूस आणि तो मुलगा पायी-पायी आपल्या घरी जात असल्याचे दिसले. मी त्यांच्या जवळ येऊन गाडी थांबवली. मी गाडीतून ओरडलो, ''पायी का चाललात, कुठे राहता, रिक्षाने जा ना, अजून पैसे देऊ का?'' पोरगा म्हणाला, ''अण्णा भाऊ साठे समाजमंदिर आहे ना, त्याच्या बाजूच्या गल्लीत आम्ही राहतो.'' त्या दोघांना घेऊन आम्ही निघालो. मी त्या आजोबांना विचारले,

"तुमचे नाव काय?" ते म्हणाले, "जळबाजी ताडेराव." ते आजोबा एकदम शांत होते. शेवटी माझ्या प्रश्नांची सरबत्ती ऐकल्यावर तो मुलगा मला हळू आवाजात म्हणाला, "आजोबांची पत्नी घरी आजारी असते." मी पुन्हा म्हणालो, "काय झाले आजोबा?" भानावर येऊन ते म्हणाले, "काही नाही पिकलं पान आहे, गळून पडावं असं वाटतं, पण पडतच नाही. बघा ना! ज्याला न्यायचं नाही, त्याला देव नेतो. तिच्या मनात सतत काळजी असते. त्या काळजीच्या पोटी ती 'मला कधी मरण येणार' असं म्हणत असते."

देशमुख त्या मुलाला म्हणाले, "काय रे बेटा, शाळेत जातो का?"

तो म्हणाला, "नाही." ते आजोबा मध्येच म्हणाले, "त्याचा बाप त्याला म्हणतो, तू जन्मलास आणि तुझ्या माईला गिळून बसलास. आता शिकून काय मास्तरला गिळतोस का? एक बाई आणून ठेवली घरी, पाण्याऐवजी दारू पिणारा याचा बाप माणसाची औलाद आहे काय?" आजोबा एकदम चिडले. त्यांचे घर आले. आजोबा खाली उतरले. आम्हीही खाली उतरलो.

मी म्हणालो, "चला, आजीला भेटू." मी आजोबांच्या पुढे निघालो. आमच्या पायांचा आवाज ऐकताच त्या आजींनी आवाज दिला. "आले का डॉक्टर?" आम्ही कुणीच काही बोललो नाही. आजी पुन्हा म्हणाली, "डॉक्टर, मला जगण्यासाठी औषध नका देऊ, मरण्यासाठी औषध द्या, खूप अंगाची आग होते." आजोबा एकदम म्हणाले, "साहेब आलेत, डॉक्टर नाहीत." आजी एकदम शांत झाली.

आजीच्या दोन्ही डोळ्यांना काही दिसेना. अंगात लकवा, चेहऱ्यावर सुरकुत्या पडलेल्या. काळजीने खोल गेलेले डोळे. दोन माणसे बसतील एवढे जेमतेम घर. घराच्या बाहेर तुंबलेली नाली. समोर एक खाटीक बोकड कापत बसला होता. एक बाई आजीला जेवायला घेऊन आली. मी आजीशी बोलत होतो, "किती मुले-मुली आहेत? तुम्हाला काय आजार झालाय?" आजी-आजोबा दोघेही एकदम शांत. ती जेवण घेऊन आलेली बाईच म्हणाली, "दोन मुले आहेत - एक चंद्रपूरला असतो, एक सांगलीला. दोघेही शिक्षक आहेत." माझ्या पोटामध्ये एकदम संतापाचा गोळा आला. मी पुन्हा त्या बाईला म्हणालो, "कधी भेटायला येतात का मुले?"

आजोबांकडे पाहत ती बाई एकदम शांत बसली. थोड्या वेळाने ती बाई पुन्हा म्हणाली, "कशाला ते येतात इथे... आता पंख फुटलेत त्यांना." त्या बाईचे

बोलणे ऐकताच आजी एकदम चिडली. 'चूप बस केरसुने, माझ्या पोरांची बदनामी करू नकोस.'' आजोबा आजीवर एकदम चिडले. म्हणाले, ''आली मोठी पोरांच्या काळजीची. तोंड बघायला तरी येतात का पोरं? पोरं बघायला येत नाहीत म्हणून तर मरण मागतेस!''

आजी एकदम शांत झाली. आमच्या बोलण्यामध्ये आणि गप्पांमध्ये आजी-आजोबा अधून-मधून रडत होते. काय परिस्थिती आहे बघा, ज्यांच्याकडे आहे त्याला किंमत नाही आणि ज्यांच्याकडे नाही, त्याला वाटते हे कसे झाले. सचिन आणि हे आजी-आजोबा यांच्याविषयी मी विचार करत होतो. सचिनचे वडील सचिनला सोडून गेले. आता त्याचे सचिनला खूप वाईट वाटत होते. तो पुंगी वाजवणारा पोरगा, त्याची आई बिचारी त्याला लहानपणी सोडून गेली. त्याला आता सावत्र आईमुळे आपल्या आईची किंमत कळते. या आजीची दोन्ही मुले उच्चशिक्षित, चांगल्या नोकरीला आहेत. जिवंतपणी आजीला आपल्या नातवांचे, मुलांचे तोंड पाहायला तरसावे लागते, त्या यातनेतून देवाला मरण मागावे लागते. काय परिस्थिती होती, बाप रे!

सचिनचे वडील जाण्याने मी जेवढा दुःखी होतो, त्यापेक्षा जास्त दुःखी मी या म्हाताऱ्या आईवडिलांच्या यातना पाहून झालो. आयुष्यभर मयत आणि लग्नांमध्ये डफडे वाजून डफड्याचे आणि बापाच्या हाताचे कातडे दोन्ही अगदी सोलून निघालेत. बापाने मुलांना शिकवले आणि मुलांनी बापालाच आपल्या वर्तणुकीतून सुनावले, की 'तुम्ही आम्हाला का शिकवले?' एकीकडे मरण मागणारी आई 'कधी येणार रे देवा मला मरण', म्हणून देवाकडे विनंती करते, तर दुसरीकडे त्याच आजोबांसोबत तो पुंगी वाजवणारा मुलगा 'माझ्या आईला का नेलं रे देवा', असे म्हणतो.

आम्ही जड पावलांनी तिथून निघालो. खिशामध्ये हात घातला आणि आजी-आजोबांच्या हातावर काही पैसे ठेवले. कोणाला दोष द्यायचा? परिस्थितीला की या परिस्थितीला कारणीभूत ठरलेल्या दैवाला? किती कठीण आहे ना... दुसऱ्याच्या आयुष्यात वाजंत्री वाजवून आनंद देणाऱ्यांच्या जगण्याला असा उदासपणाचा सूर लागत असेल तर?

■

३.

फाट्यावरचे लैला-मजनू

पुण्यातली मीटिंग आटोपून मागच्या आठवड्यात मी गजानन मोरे यांचे भाऊ लक्ष्मण मोरे यांच्याकडे आळंदीला गेलो. लक्ष्मण यांचे आळंदी फाट्यावर मोबाइलचे दुकान आहे. मी आणि गजानन मोरे खूप वर्षांनी आल्यामुळे लक्ष्मणला खूप आनंद झाला. आमच्यासोबत भीमेश मुतुलापण होते. लक्ष्मणच्या दुकानावर चहा-पाणी झाल्यावर माझी नजर सहज बाहेर असणाऱ्या बाकावर हातात हात घालून झोपलेल्या आजी-आजोबांवर गेली. मला वाटले कुणीतरी प्रवासी असतील. त्यांनी पकडलेला एकमेकांचा हात यावरच माझी नजर जात होती. ते दोघे उठले, बाजूला असलेल्या चहाच्या टपरीवरचा चहा घेत-घेत दोघांचा संवाद सुरू होता. असे वाटत होते, या दोघांच्या संवादाचा प्रत्येक शब्द न् शब्द लिहून घ्यावा.

''पायाचे दुखणे कमी झाले का? मानेची ठणक कमी झाली का? अहो दुर्लक्ष करा, होईल कमी. घरी गेलो की जरा शेकून देते. रात्रीचा भगवद्‌गीतेमधला प्रसंग आपल्या आयुष्याशी संबंधित आहे...'' आजी आजोबांना बोलत होती आणि आजोबा 'हो-हो' म्हणून ऐकत होते.

अनेक गाड्या तिथे येत होत्या, थांबत होत्या, जात होत्या; पण एकाही गाडीत आजी-आजोबा जात नव्हते. त्या दोघांचेही त्या येणाऱ्या-जाणाऱ्या गाड्यांवर लक्ष नव्हते. माझ्या लक्षात आले, हे आजी-आजोबा कुठेही जाणारे नव्हते. मी 'एल.एम.' म्हणजे लक्ष्मण मोरे यांना विचारले, ''हे आजी-आजोबा

कोण आहेत आणि इथे का बसलेत?'' एल.एम. बोलण्याच्या अगोदर एल.एम.कडे मोबाईल घेण्यासाठी आलेली एक व्यक्ती म्हणाली, ''हे आजी-आजोबा आमच्या आळंदी फाट्यावरचे लैला-मजनू आहेत.'' ती व्यक्ती बोलता-बोलता सहज बोलली. मला काही कळेच ना! मी एल.एम. यांना विचारले, ''हे गृहस्थ असे का बोलतात?'' त्यावर एल.एम. लगेच म्हणाले, ''बरोबर आहे त्यांचे. ते लैला-मजनू म्हणून सर्वत्र परिचित आहेत.''

''लोक त्यांना लैला-मजनू म्हणतात.'' मी म्हणालो, ''असे का?'' एल.एम. म्हणाले, ''त्यांचे एकमेकांवर एवढे प्रेम आहे की, लैला-मजनूही त्यांच्यापुढे फिके पडतील.'' मी पुन्हा म्हणालो, ''कसे काय?'' एल.एम. म्हणाले, ''आज बारा वर्षं झाली, यांना आम्ही पाहतोय. हे दोघेजण नेहमी इथे येऊन बसतात. दोघेजण एकमेकांना एक सेकंद सोडून राहत नाहीत. आजोबांचे दोन्ही डोळे निकामी झाले, तेव्हा आजीने बाजूच्या मराईदेवीला नवस केला होता, 'मी एक महिनाभर डोळ्यांवर पट्टी बांधून तुझी भक्ती करते.' आजीने तसे केले.'' आजी आणि आजोबांना घेऊन एल.एम. अनेक किस्से मला सांगत होते आणि मी ऐकत होतो. एकमेकांवर जीव ओवाळून टाकणारे हे दोघेजण वाटत होते.

मी एल.एम.ना म्हणालो, ''मला या दोघांशी बोलायचे आहे.'' एल.एम. यांनी त्या दोघांना माझी ओळख करून दिली. आजोबांचे न दिसणारे डोळे आणि आजीचे न ऐकू येणारे कान माझ्याकडे टवकारून पाहत होते. माझ्यासोबत असणाऱ्या भीमेशने गाडीतून असणाऱ्या शाली आणल्या आणि काकडत बसलेल्या आजी-आजोबांवर टाकल्या. आजी भीमेशकडे पाहत म्हणाल्या, ''बाबा खूप आशीर्वाद रे लेकरा, खूप पुण्य लागेल तुला.'' आमचे बोलणे सुरू झाले आणि आजी-आजोबा यांचा भूतकाळ आणि वर्तमानकाळ दोन्ही समोर आले. बाप रे, किती धक्कादायक हा प्रवास!

मी ज्या आजोबांशी बोलत होतो त्यांचं नाव किसनराव धाडगे, वय वर्षं ८३. त्यांच्यासोबत असणाऱ्या आजी म्हणजे त्यांची पत्नी सीताबाई धाडगे, शहर जळगाव. हल्ली मुक्काम आळंदी फाटा. किसनराव यांना त्यांची पहिली पत्नी गीताबाई यांच्याकडून तीन मुले झाली. दुसरी पत्नी सीताबाई यांच्याकडून एक मुलगा होता. किसनराव जळगावात व्यापारी होते. हात-पाय चालत राहतील तोपर्यंत किसनराव यांनी आपल्या कुटुंबासाठी हालअपेष्टा सहन केल्या. शेत, घर घेत तिन्ही मुलांना उभे करून दिले. पस्तिशीमध्ये गीताबाई मरण पावल्या.

सीताबाई... किसनराव यांची मैत्रीण. त्या घटस्फोटित होत्या. त्यांना एक मुलगा होता. किसनराव आणि सीताबाई या दोघांनी लग्न केले. सीताबाईंचा मुलगाही किसनराव यांनीच लहानाचा मोठा केला. ''कारभार मुलांच्या हातात गेल्यावर मुलांना सावत्र आई आणि सावत्र भाऊ नको वाटायला लागले. रोज घरात भांडण होत होते, वाद विकोपाला जात होते. एकेदिवशी तिन्ही भावांनी मिळून आम्हा तिघांना घराच्या बाहेर काढले. माझ्यासोबत झालेल्या प्रकारामुळे अनेकांना धक्का बसेल म्हणून आम्ही घर सोडले. एका ओळखीच्या मित्राच्या मदतीने आम्ही आळंदी गाठले. सोडून दिलेले अनेक आई-वडील इथे आहेत, ज्यांना कुणी वाली नाही. कुणी मंदिरात मागून खातात, कुणी चार घरी मागून खातात.''

आजोबा हे मला त्यांचा थक्क करणारा प्रवास सांगत होते. आमचे बोलणे सुरू असताना एक महिला आजी-आजोबांना जेवायला घेऊन आली होती. आजी त्या मुलीला आशीर्वाद देत म्हणाली, ''बाई, पोरगी पाहिजे गं मढ्यावर रडायला. चार-चार मुले असून आयुष्याला काही अर्थ नाही.'' असे म्हणून आजी पदर तोंडात धरून रडत होती. मी विचारले, ''आज्जी, तुम्ही का रडत आहात?'' आजी म्हणाल्या, ''मला तीन मुली झाल्या होत्या. तिन्हीही मुली बाळंतपणात गेल्या. माझ्या चौथ्या वेळेला गर्भ राहिल्यावर माझ्या नवऱ्याला एका ज्योतिष्याने सांगितले, तुला चौथ्या वेळेसही मुलगीच होणार आहे. माझ्या नवऱ्याने अभागी म्हणत मला माहेरी पाठवले. माझे पहिले लग्न तुटले. मुलगा गर्भामध्ये असताना माझे यांच्याशी लग्न झाले.'' मी आजीला बोलताना मध्येच विचारले, ''आता तो मुलगा कुठे आहे?'' आजी शांत होऊन वर आकाशात पाहात म्हणाली, ''पांडुरंगाला माहिती बाबा कुठे आहे.'' त्यावर आजोबा लगेच म्हणाले, ''माझ्याकडे जे काही थोडेफार होते, ते घेत मी हिच्या मुलाला घेऊन आळंदीला आलो. त्या मुलावर आम्ही दोघांनी खूप प्रेम केले, त्याला शिकवले. असे वाटत होते, हाच आमच्या म्हातारपणाची काठी आहे. त्याचे लग्न केले. एका वर्षात तो आणि त्याची बायको दोघेही आहे ते सर्व विकून गायब झाले. आता दोन वर्षे झाली, ते कुठे आहेत, काय करतात आम्हाला नाही माहिती.''

आजीला फार कमी ऐकू येत होते म्हणून खूप जोरात बोलायला लागायचे. आजोबा बोलण्यात खूपच हुशार होते. ते म्हणाले, ''आमच्याकडे काहीही नव्हते, जे काही कमावले ते कष्टाच्या जोरावर. मुलांसाठीच ना? मुलांनी एका शब्दाने सांगितले असते की, आई-बाबा तुम्ही आम्हाला नको आहात, तरी

आम्ही घर सोडून कधीच बाहेर पडलो असतो. आमचा अपमान करून, आम्हाला मारझोड करून बाहेर करण्याचे काहीही कारण नव्हते. आता नातवाला पहावेसे वाटते. जळगावमध्ये गेले की लोक तोंड काढू देत नाहीत, वाटेल ते बोलतात. आयुष्यभर कमावलेला स्वाभिमान पोरांच्या-बायकांच्या आंधळ्या प्रेमापोटी पायदळी तुडवला गेला. बिचारे सगळे आनंदात राहावेत, एवढीच आमची इच्छा आहे.'' असे म्हणत आजोबा बिचारे खूप रडत होते. आजी आजोबांची समजूत काढत म्हणाली, ''अहो तुम्ही शपथ घेतली होती ना, रडणार नाही म्हणून. मोडली ना माझी शपथ.'' रडणाऱ्या आजोबांच्या चेहऱ्यावर आजीच्या बोलण्यानंतर लगेच हास्य फुलले. एकमेकांच्या खांद्यावर डोके ठेवणे, हातात हात घालून बसणे हे सारे आजी-आजोबांचे वागणे नव्याने प्रेमात पडलेल्या प्रेमी जोडप्यासारखे होते.

आम्ही तिघेही तिथून निघालो. मी खिशात हात घातला, आजीच्या हातावर काही पैसे ठेवले आणि मी नांदेडला जाणाऱ्या बसमध्ये बसून प्रवासाला लागलो. आजी आणि आजोबांचा चेहरा माझ्या डोळ्यांसमोरून जात नव्हता. आई-वडिलांना घरातून बाहेर काढणारे, आई-वडिलांना घरात असून वाळीत टाकणारे, अबोला धरून आई-वडिलांचा अपमान करणारे, दिखाव्यासाठी आई-वडिलांची सेवा करणारे, अशा त्या प्रत्येक मुलाला, सुनेला जसे जमेल तसे, जमेल तिथे अद्दल घडविणे हे आपले काम आहेच. बरोबर ना..! जे आई-वडिलांना छळतील त्यांना त्यांच्या कर्माचे भोग म्हातारपणात पाहायला मिळतातच याची कित्येक उदाहरणे आपल्या अवतीभोवती पाहायला मिळतात. आपल्याला कधी पीडित असणाऱ्या आई-वडिलांची कुठे सेवा करायची संधी मिळाली, तर आपण नक्की करू...!

■

४.

'ती' काळरात्र

रोहित भार्गवचा नागपूरवरून फोन आला. म्हणाला, "बाबा गेले. आई म्हणते, संदीप जोपर्यंत येणार नाही, तोपर्यंत अंत्यसंस्कार करायचे नाहीत." माझ्या मनात बाबांची वार्ता ऐकून एकदम धस्स झाले. मी म्हणालो, "काय झाले होते रे बाबाला." तो म्हणाला, "कोरोनाने ग्रासलं होते रे. ते पूर्णपणे बरेही झाले. त्यांचा रिपोर्टही निगेटिव्ह आला होता. चार दिवस ते घरी आले. सर्वांमध्ये छान वावरले आणि पाचव्या दिवशी त्यांचा प्राण गेला." मी काहीच न बोलता अगदी स्तब्ध झालो. काय बोलावे सुचेना. "मी येतो," म्हणत फोन ठेवला. डोळे पुसले आणि नागपूरला निघायच्या तयारीला लागलो. नागपूरला उतरल्यावर तिथे रस्त्यावर असणारी शांतता मी पहिल्यांदा अनुभवत होतो. पोलिस तपासणी मोहिमेत होते. कडाक्याचे ऊन, तोंडाला मास्क आणि मनात भीती, बिचारे खाकी वर्दीमधले किती मोठ्या संकटांमध्ये आहेत, हे दिसत होते.

घरी पोहोचलो, मला पाहता क्षणी आईने हंबरडा फोडला. रोहित हा माझा औरंगाबादच्या विद्यापीठात शिकायला असतानाचा जिवाभावाचा मित्र. सतत रोहितच्या घरी येणे-जाणे व्हायचे. रोहितची आई, नेहमी म्हणायची, 'माझा एक मुलगा नाही, माझे दोन मुलगे आहेत.' काकांच्या त्या जुन्या सगळ्या आठवणी डोळ्यासमोर येत होत्या. ॲम्ब्युलन्स आली आणि आम्ही 'मोक्षधाम' स्मशानभूमीकडे निघालो. रडून-रडून आईच्या कंठात जीवच उरला नव्हता. आई एकदम शांत माझ्याकडे बघत होती. मी तिला जवळ घेतले. ती जशी माझ्याजवळ आली, तसा माझा आणि तिचा बांध फुटला.

स्मशानभूमीच्या जवळ आल्यावर तिथली मोठी रांग पाहून मनात एकदम धडकी भरली. आजूबाजूला रोबोट फिरतील, अशी माणसे अंगावर कोव्हिड किट घालून फिरत होती. हंबरडा फोडणारे, मदत करणारे तेवढेच, नव्हे तर इतका आक्रोश आणि इतके अश्रू एकत्रितपणे या स्मशानभूमीने कधीही अनुभवले नसतील.

तसे त्या स्मशानभूमीमध्ये चारच वेगवेगळ्या ठिकाणी अंत्यसंस्कार करण्याची व्यवस्था होती; पण तिथल्या परिस्थितीमुळे जमेल तिथे, जिथे जागा मिळेल तिथे. लाकडे रचून अंत्यसंस्कार केले जाऊ लागले. स्मशानात गेल्याशिवाय जीवनातले 'वास्तव' समोर येत नाही, हे खरेच आहे.

समोर असलेल्या एका मुलीशी मी बोलत होतो. आपल्या वडिलांचे अंत्यसंस्कार करण्यासाठी स्मशानभूमीमध्ये ती आली होती. खूप अवधी जाऊनही तिच्या वडिलांचा अंत्यसंस्कारासाठी नंबर आलेला नव्हता. एकीकडे, शहरात भयाण शांतता होती आणि दुसरीकडे, स्मशानभूमीमध्ये असलेली ही कमालीची लगबग मन हेलावून सोडणारी होती. मी ज्या मुलीशी बोलत होतो तिचे नाव संध्या तिवारी, ती वर्ध्याची. वडिलांना खूप त्रास होतो म्हणून नागपूरला हालवले. वडील नागपूरला आले आणि उपचार करताना गेले. तिकडे आई आणि भाऊ गेले. तिची स्वतःची पण तब्येत ठीक नाही. नातेवाईक, मित्र कोव्हिडमुळे अंत्यसंस्काराला येत नाहीत, कोणी विचारत नाहीत, असे रडत-रडत संध्या मला सांगत होती. संध्या नागपूरमध्येच वैद्यकीय शिक्षण घेते. डॉक्टररी समज असल्यामुळे वडिलांसोबत येण्याचे धाडस तिने केले होते.

घाबरलेली, भेदरलेली आणि दुःखी माणसे. बोलण्याच्या मूडमध्ये असतील तरी कशी; पण अशा परिस्थितीमध्येही कोणीतरी आपल्या खांद्यावर हात ठेवावा आणि मायेने दोन शब्द बोलावेत. यासाठी 'ती' माणसे नक्कीच भुकेली होती. मी बाजूला असलेल्या एका आजीशी बोलत होतो. आजीच्या घरांमध्ये सात माणसे होती. दोन माणसे पहिल्या कोव्हिड लाटेमध्ये गेली आणि तीन माणसे दुसऱ्या कोव्हिड लाटेमध्ये गेली. राहिलेला एक जण दवाखान्यांमध्ये उपचार घेतोय. ताराबाई कर्वे, वय ७५ वर्षे, सीताबर्डी भागाच्या रहिवासी असलेल्या या आजीच्या काळजाला मी सलाम केला. कुटुंबेच्या कुटुंबे या कोरोनाने उद्ध्वस्त केली. त्या स्मशानात कुणाशीही बोला, प्रत्येकाची वेगळी कहाणी होती. अख्ख्या समाजाला कोरोनाच्या वाळवीने अक्षरशः पोखरून काढले होते.

अंत्यसंस्कारासाठी आपला नंबर कधी येणार, या स्मशानभूमीमधून घरी कधी जाता जाणार, याची वाट पाहत समोर जळणाऱ्या चितेकडे वाट पाहणारा प्रत्येक जण व्याकूळ झाला होता. समोरचा अग्नी जळेल, पुन्हा शांत होईल. मग आपण आणलेली लाकडे तिथे लावायची आणि त्याच्यावर आपल्या नातेवाईकांचा मृतदेह ठेवायचा. त्याला अग्नी देऊन तिथून निघायचे. अशी सगळी सायकल त्या स्मशानभूमीमध्ये सुरू होती. त्या स्मशानभूमीमध्ये काम करणारी दोन माणसे अक्षरशः थकली होती. बाजूला पाणी पीत बसले बसलेल्या त्या दोन्ही माणसांना मी म्हणालो, "दादा, हे सगळे दुःख पाहून तुमच्या डोळ्यामधली भीती, तुमच्या डोळ्यांतले अश्रू केव्हाच संपून गेले असतील ना?" तो हसला, आणि म्हणाला, "दादा कशाची भीती आणि कशाचे दुःख हो? आमचे काम आम्ही करतो. दिवसाकाठी तीनशेपेक्षा माणसे वैकुंठाला पोहचवणे सोपे काम नाही. शेवटी आम्ही पण माणसेच ना. दुःख, वाईट आम्हालाही वाटते." त्यांना काय बोलायचे होते, हे माझ्या लक्षात आले. ते दोघे उठले आणि कामाला लागले. आता रात्र उलटल्यावर बाहेर मनपाच्या अनेक बसेसमधून मृतदेह आणले जाऊ लागले.

मी रोहितची वाट पाहत होतो. थोड्या वेळाने एका बैलगाडीमध्ये लाकडे भरून रोहित आला. आम्ही दोघांनी 'ती' लाकडाची गाडी रिकामी केली. एका कोपऱ्यामध्ये आई एकटीच अशी शांतपणे बसून सर्व पाहत होती. थोड्या वेळाने बाबांना 'त्या' रचलेल्या लाकडावर आम्हीच उचलून ठेवले आणि अग्नी दिला. रात्र संपायला आली होती आणि डोळ्यातले पाणी पण संपले होते. त्या स्मशानभूमीमध्ये जिकडे नजर टाकावी तिकडे आगच आग पेटलेली दिसत होती. आतमध्ये सरणावर जाळणारी माणसे, त्याच्यापेक्षा कितीतरी जास्त माणसेबाहेर अजून प्रतीक्षेत होती.

लहानगे आणि तरण्याबांड मुलांचे अंत्यसंस्कार नव्वदीकडे झुकलेले आई-बाप करत होते. का आली असेल अशी वेळ, असा प्रश्न त्या स्मशानातील चित्र पाहिल्यावर पडत होता. त्या स्मशानामध्ये घातलेली 'ती' अख्खी रात्र माझ्या मनात अनेक प्रश्न निर्माण करणारी होती. ज्यांनी कुणी कोरोनाचा व्हायरस काढला असेल, त्याला तरी चितेवर जाळण्यासाठी जागा मिळाली असेल का, हाही प्रश्न त्यामध्ये होताच होता. सुकलेल्या डोळ्यांना आणि थकलेल्या मनांला परत 'आशेची' किरणे दिसायला माहीत नाही कोणता काळ येईल?

■

५.

भावनेतला रंग

या लॉकडाउनच्या काळात मुंबईचा खरा चेहरा अनुभवायला मिळाला. त्या दिवशी मी रेल्वेच्या डब्यातून एकटाच प्रवास करत होतो. कोरोनामुळे गर्दी नव्हतीच. 'छत्रपती शिवाजीमहाराज टर्मिनस'ला (सीएसटी) उतरलो. सीएसटीच्या अगदी समोर 'पंचमपुरी'ची पुरी-भाजी खाण्याचा मोह झालाच. माझ्या टेबलवर एक गृहस्थ फोनवर बोलत होते. त्यांच्या बोलण्यात 'नांदेडी' भाषेचा टोन होता. फोनवरचे बोलणे झाल्यावर मी त्यांना विचारले, ''दादा, नांदेडचे का तुम्ही?''

ते म्हणाले, ''हो.''

आमच्या गप्पा सुरू झाल्या. अर्धा तास झाला. खाऊन झाल्यावर आम्ही बाहेर पडलो.

ते गृहस्थ मला म्हणाले, ''माझे ऑफिस शेजारीच आहे. तुम्ही याल का? मला खूप आनंद होईल.''

त्यांच्या ऑफिसात पोहोचलो. ते ऑफिस नव्हतेच. ती एक 'रंगशाळा' होती. मला ऑफिसमध्ये घेऊन येणाऱ्या त्या गृहस्थांचे नाव होते डॉ. नरेंद्र बोरलेपवार. ते चित्रकार आहेत. एका बंद खोलीचा दरवाजा त्यांनी उघडला आणि तिथली पेंटिंग्ज् मला दाखवली. एक चित्रकार अशी सगळ्याच प्रकारची चित्रे कशी काय काढू शकतो, असा विचार माझ्या मनात आला. मी त्यांना हा प्रश्न विचारणार तेवढ्यात तेच मला म्हणाले, ''ही सर्व चित्रे माझी नाहीत. मी ही इतर चित्रकारांकडून विकत घेतलेली आहेत.''

यांनी ही चित्रे विकत का घेतली असतील, असे वाटून त्यांना विचारले, तर ते मला म्हणाले, ''गेल्या चार वर्षांपासून अनेक चित्रकारांची चित्रे विकली जात नाहीत, त्यामुळे चित्रकार अडचणीत आहेत. त्यातच दीडेक वर्षापासून कोरोनाची महामारीही सुरू झाली आहे. ज्यांचे पोट केवळ चित्रांवर चालते अशा अनेक चित्रकारांची चित्रे मी विकत घेतली. चित्रकारितेच्या कलेला दुय्यम स्थान दिले जाते, त्यात मार्केटमधल्या अनास्थेची भर. या स्थितीमुळे अनेक चित्रकारांना नैराश्याने वेढलेले आहे. काही जण तर मरणाला जवळ करण्याचीही भाषा करतात." ते सगळे ऐकून मी हाताश झालो.

बोरलेपवार यांनी देशातल्या अशा गरजवंत चित्रकारांचा डेटा तयार केला व त्यांचे समुपदेशक म्हणून त्यांनी काम सुरू केले. हताश, निराश झालेल्या कित्येक चित्रकारांच्या संपर्कात ते आले. देशभरातून अनेक चित्रकार आपले गंभीर प्रश्न मांडण्यासाठी बोरलेपवार यांच्याकडे कसे येतात, ते त्यांच्या ऑफिसमधल्या काही सहकाऱ्यांनी सविस्तर सांगितले.

मी बोरलेपवार यांना म्हणालो, ''तुम्ही सर्व चित्रकारांच्या सर्वांगीण विकासासाठी काही करत का नाही?''

बोरलेपवार हसले. त्यांनी किती तरी फाईल माझ्यासमोर ठेवल्या. मी त्या फाईल बारकाईने पाहिल्या. बोरलेपवार यांनी देशातल्या सर्व चित्रकारांसाठी बारा वर्षांपूर्वी 'द ग्लोबल आर्ट फाउंडेशन' नावाची संस्था सुरू केली. चित्रकार सर्वार्थाने उभा राहिला पाहिजे, त्याची कला जगातल्या कानाकोपऱ्यात गेली पाहिजे या उद्देशाने सुरू केलेले हे काम आज सातासमुद्रापार गेले आहे.

बोरलेपवार म्हणाले, 'आई-वडील आपल्या पाल्यांना चित्रकलेच्या क्षेत्रात जाऊ देत नाहीत. तिथूनच चित्रकलेविषयीच्या आपल्या नकारात्मक मानसिकतेला सुरुवात होते. याशिवाय, चित्रकाराबाबत समाजाच्या स्तरावर, शासनपातळीवर तर कमालीची उदासीनता आहे. ही उदासीनता दूर व्हावी यासाठी मी शासनदरबारी सतत पाठपुरावा करत आहे. चित्रकलेसाठी चांगले वातावरण निर्माण व्हावे हा यामागचा उद्देश आहे.''

बोरलेपवार हे नांदेडच्या कापसी (बुद्रुक) या गावचे. त्यांचे वडील वसंतराव शिक्षक होते. आई शांताबाई गृहिणी. भांड्यांवर नाव टाकण्याच्या कामापासून बोरलेपवार यांच्या कलेची सुरुवात झाली. मग 'एमजीएम फाईन आर्ट' मधून त्यांनी चित्रकलेची पदवी घेतली. पदव्युत्तर पदवी 'सर जेजे उपयोजित

कला महाविद्यालया'तून, तर मुंबई, नागपूर विद्यापीठातून पीएच. डी. केली आणि पुढच्या प्रवासासाठी त्यांनी मुंबई गाठली.

मुंबईत 'आमदार निवासा'त राहून रात्री ते काम करायचे आणि दिवसा नोकरी शोधायचे. खूप परिश्रमांनंतर 'सेंट जॉर्जेस रुग्णालयात' आर्टिस्ट म्हणून त्यांनी कामाला सुरुवात केली. नंतर नोकरी सोडून बोरलेपवार यांनी 'सोरा मीडिया' नावाची कंपनी सुरू केली. कलेच्या विविध पातळ्यांवर इथे असंख्य जण काम करतात. बोरलेपवार यांच्या दांडग्या जनसंपर्काने 'सोरा'ने देशपातळीवर काम केले.

''माझे घरही शेजारीच आहे. तुम्हाला वेळ असेल तर जाऊ या घरी...'' गप्पा मारता मारता बोरलेपवार म्हणाले.

आम्ही घरी गेलो. बोरलेपवार यांची पत्नी प्रांजली, मुले अयान आणि रियान यांच्याशी माझी ओळख करून देण्यात आली.

बोरलेपवार चित्रकारांसाठी करत असलेले काम खूप महत्त्वाचे आहे, असे मला वाटते. गेल्या दहा वर्षांत त्यांच्यामुळे उभे राहिलेले चित्रकार असंख्य आहेत. भविष्यात या सर्वांच्या कलेला चालना मिळेल. चित्रकलेच्या शिक्षणाला प्रवेश घेण्यापासून ते परदेशात चित्रप्रदर्शन भरवण्यापर्यंतचे अनेकांचे किस्से बोरलेपवार यांनी मला सांगितले. या दोन्ही कामांबाबत अनेकांना मदत केली असल्याचे ते म्हणाले.

चित्रकाराच्या भविष्यासाठी बोरलेपवार लढत आहेत. आपल्याला झालेला त्रास येणाऱ्या पिढ्यांना होऊ नये हा त्यामागचा उद्देश. बोरलेपवार यांच्या विचारांत 'भावनेचा रंग' होता. चित्रकारांसाठी काहीतरी करतोय, आणखीही काही करायचेय ही ती भावना.

मला निरोप देताना बोरलेपवार म्हणाले, ''मला आपल्या राज्यात एक 'आर्ट सेंटर' उभारायचे आहे. चित्रांवर प्रेम करणारा प्रत्येक जण या सेंटरमध्ये मनसोक्तपणे व्यक्त होईल... तिथे राहील... शिकेल... संशोधन करेल आणि आपली कला जगापुढे मांडू शकेल.''

बोरलेपवार यांच्यासारखे चित्रकार पुढे आले तर रंगात रंगून गेलेल्या त्या प्रत्येक कलेचे चीज होईल.

मी बोरलेपवार यांच्याकडून निघालो ते त्यांच्या 'भावनेचा रंग' सोबत घेऊन.

■

६.

माईची निराधार लेकरं

'यिन'च्या एका कार्यक्रमानिमित्त सिंधुताई सपकाळ ऊर्फ माई यांची मी मुलाखत घेतली. मुलाखत झाल्यावर थोड्या वेळाने माईंचा फोन आला.

माई म्हणाल्या, ''किती दिवस झाले, निवांत भेट नाही. मला कधी भेटायला येणार आहेस? लवकर ये...''

माईंचा सूर नेहमीपेक्षा वेगळा वाटला. काहीसा चिंताग्रस्त.

विनय सपकाळ यांना फोन करून मी माझी शंका बोलून दाखवली. त्यांनी तिथली परिस्थिती सांगितली. माईंनी सुरू केलेली चळवळ कोरोनामुळे अडचणीत सापडली होती.

विनय म्हणाले, ''माईंचे सर्व काम लोकांनी दिलेल्या मदतीवर चालते; पण गेल्या वर्षभरापासून ही मदत बंद आहे. कर्ज काढून संस्थेची कामे सुरू आहेत.''

दोन दिवसांनी मी माईंना भेटायला मांजरीला निघालो. येत असल्याची पूर्वकल्पना विनय यांना दिली.

पुण्याच्या स्वारगेटपासून बारा किलोमीटरवर वसंतदादा शुगर इन्स्टिट्यूटजवळ मांजरी (बुद्रुक) हे गाव आहे.

माईंनी पुरस्कारांच्या रकमेतून मांजरीला थोडीशी जमीन विकत घेतली व तिथे 'सप्तसिंधू महिला आधार बालसंगोपन व शिक्षण' या संस्थेचे काम सुरू केले. बाकी शिरूर, सासवड, चिखलदरा या ठिकाणीही माईंच्या संस्थेचा पसारा आहे. या सर्व संस्थांमध्ये मोठ्या प्रमाणावर अनाथ मुले, निराधार महिला आहेत. माई चालवत असलेला गाईंचा प्रकल्प माळेगाव ठेका या ठिकाणी आहे.

कसायाला दिल्या जाणाऱ्या, ज्यांना कुणीही वाली नाही अशा शेकडो गाई तिथे आहेत.

मी माईंच्या घरी पोहोचलो. विनय सपकाळ तिथे आलेले होतेच.

स्थिरस्थावर झालो व संस्था, मुले, निराधार महिला यांच्याविषयी माईंशी गप्पा सुरू झाल्या. माईंचे सर्व काम विनय पाहतात. विनयविषयी सांगताना माई म्हणाल्या, ''दीड महिन्याचा असताना विनय रेल्वेरुळावर आढळला. मीच लहानाचा मोठा केला.''

विनय मध्येच म्हणाले, ''मला शिकवले. औरंगाबादच्या सीमाशी माझे लग्न लावून दिले. लग्नात दोन दिवस माईंच्या उपस्थितीत हळदीचा कार्यक्रम झाला.''

माईंनी आपले आयुष्य कसे सोनेरी केले, हे विनय यांनी मोठ्या आनंदाने-अभिमानाने सांगितले. माईंचा हात सतत हातात घेऊन चालणारी वनिता सपकाळ हिलाही माईंनी आपल्या आईपणाची कूस दिली. अशी असंख्य मुले-मुली आहेत... या सगळ्यांना उभे करून माईंनी आपले सपकाळ हे आडनाव त्यांना दिले. ज्या महिलांना समाजाने वाळीत टाकले आहे, अशा किती तरी निराधार महिलांना माईंनी उभे केले आहे. पांढरे कपाळ घेऊन वावरणाऱ्या, नवऱ्याने मारल्याच्या खुणा अंगावर बाळगणाऱ्या, कुणी मुलांना सोबत घेऊन आलेल्या, तर कुणी जवळ नसलेल्या मुलांच्या आठवणीत हरवलेल्या... अशा कितीतरी महिलांचे चेहरे माईंच्या अवतीभवती मला दिसले.

माई मला म्हणाल्या, ''माझ्या मुलांचे काय होईल, माझ्या गाईंचे काय होईल, हे प्रश्न मला दिवस-रात्र भेडसावत आहेत. एवढी वाईट परिस्थिती कधीही आली नव्हती. माझे 'भाषण' बंद झाले आणि माझ्या मुलांसाठी येणारं 'राशन'ही बंद झाले. जवळ होती ती पुंजी कोरोनाच्या सुरुवातीच्या चार-सहा महिन्यांत संपली. त्यानंतर अडचणी एकेक करून पुढे उभ्या राहिल्या.''

एरवी सतत पायाला भिंगरी बांधून फिरणाऱ्या माई कोरोनामुळे सध्या चार भिंतींत बंदिस्त आहेत.

पुन्हा भावुक होत माई म्हणाल्या, ''मुलं, बाई आणि गाई यात माझा जीव फार गुंतला रे बाबा... आणि सहा महिने होऊन गेले. मी माझ्या गाईंच्या पाठीवरून हात फिरवला नाही.''

मी तिथल्या अनेक मुलांशी, महिलांशी बोललो. प्रत्येकाची कहाणी वेगळी

आहे. कुणी कचऱ्याच्या डब्यात सापडले... कुणी देवळात... कुणाचे सगळेच्या सगळे कुटुंब अपघातात मृत्युमुखी पडलेले... कुणाला नवऱ्याने टाकून दिलेले... कुणाला सासू-सासऱ्यांनी घरातून हाकलून दिलेले... किती तरी दर्दभऱ्या कहाण्या होत्या.

माईंबरोबर परिसरात फेरफटका मारत असताना गप्पा सुरूच होत्या. गाईंचा प्रकल्प जिथे आहे तिथले काम पाहणारे मनीष यांना मी माझ्या फोनवरून व्हिडिओ कॉल लावला. त्या कॉलवरून माईंनी गाईंना दमदारपणे हाका मारायला सुरुवात केली. 'ए राधा... ए गोपिका...' दूर असणाऱ्या गाई पळत आल्या. माईंचा आवाज तर येतोय; पण माई काही दिसेनात! गाई सैरभैर झाल्या. 'ये, माझी बाय... ये, माझी राणी. किती दिवस झाले गं, तुला भेटले नाही...' गाईंशी असा संवाद साधता साधताच माईंच्या डोळ्यांत पाणी आले.

गप्पांच्या ओघात मुलगी ममता, दीपक यांचाही विषय निघाला. दोघांच्या कामाचे माईंनी कौतुक केले.

माईंच्या कामाबाबत शासनदरबारी किती अनास्था आहे, हे तिथल्या फायलींवरून आणि पत्रव्यवहारावरून दिसत होते.

जे माईंच्या कामावर प्रेम करतात, माईंनी ज्यांना आयुष्यात उभे केले आहे त्या सर्वांनी आता या बिकट परिस्थितीत मदतीचा हात पुढे केला पाहिजे, असे मला वाटून गेले.

घरात जिकडे पाहावं तिकडे पुरस्कारांची चिन्हे आणि माईंचे हसरे फोटो दिसत होते; पण सध्या कोरोनाने माईंच्या चेहऱ्यावरचे हसू जणू हिरावून घेतले आहे...

मी निघालो... 'होईल सर्व ठीक,' असा दिलासा माईंना दिला.

माईंनी उभ्या केलेल्या या चळवळीचे काय होणार? माईंच्या शेकडो मुलांच्या दोन वेळच्या भाकरीचा प्रश्न कधी सुटेल? ही कोरोनाची महामारी माईंची आणि गाईंची भेट होऊ देणारच नाही का? प्रश्नच प्रश्न होते मनात.

त्यात इथल्या भुकेलेल्या प्रत्येकासाठी तुम्ही-आम्ही सामाजिक जबाबदारीपोटी काहीच करू शकत नाही का... हाही एक प्रश्न मनात होताच!

■

७.

फिटे अंधाराचे जाळे

त्या दिवशी सकाळी मी पुण्याच्या धर्मादाय आयुक्त कार्यालयात होतो. 'व्हाईस ऑफ मीडिया' या देशपातळीवर काम करणाऱ्या पत्रकारांच्या संघटनेचे प्रमाणपत्र मला घ्यायचे होते. धर्मादाय आयुक्त सुधीर बुक्के सर यांच्याकडे येणारी प्रत्येक व्यक्ती स्वतःच्या किंवा संस्थेच्या अडचणी घेऊन येत होती. त्या अडचणी बुक्के सर मनापासून ऐकून मार्गी लावत होते. किती तरी प्रकारचे लोक त्या ठिकाणी येत होते.

एका व्यक्तीने सांगितलेली अडचण ऐकून मला आणि बुक्के सरांनाही काही सुचले नाही. मी त्या व्यक्तीला निवांतपणे भेटायचे ठरवले. भेटीची वेळही लगेचचीच निश्चित केली.

बुक्के सर, तिडके सर, जगताप सर, चव्हाण सर यांच्याकडून मी प्रमाणपत्र घेतले आणि त्यांचा निरोप घेऊन त्या व्यक्तीबरोबर निघालो. पुण्याजवळच्याच येवलेवाडी येथील 'डॉ. मिनू मेहता अपंग-अपंगोद्धार सहकारी औद्योगिक उत्पादक संस्था मर्यादित' या संस्थेत आम्ही दोघे पोहोचलो.

मी ज्या व्यक्तीबरोबर इथे आलो होतो, त्या व्यक्तीचे नाव राजू चौधरी. चौधरी हे संस्थेचे सचिव. त्यांनी संस्थेचे अध्यक्ष प्रकाश पाटील यांनाही बोलावून घेतले. आम्ही तिघे बोलत बसलो. बोलण्यातून अनेक गंभीर विषय पुढे आले.

मी ज्या संस्थेत बसलो होतो त्या 'डॉ. मिनू मेहता संस्थे'ला खूप मोठा इतिहास असल्याचे समजले. मात्र, आज जागतिकीकरण, महागाई, सरकारची

अनास्था यांमुळे या संस्थेचे वर्तमान आणि भविष्यकाळ अडचणीत सापडला आहे. सन १९८७ मध्ये डॉ. जाल मेहता यांनी या संस्थेची स्थापना केली. तेव्हा कुष्ठरोगाचे प्रमाण खूप होते. ते कुष्ठरोगी बरे व्हावेत, त्यांनी तिथेच कामाचे प्रशिक्षण घ्यावे, तिथेच काम करावे, हा या संस्थेचा उद्देश होता.

तेव्हापासून ते आजपर्यंत पंचवीस हजारांपेक्षा जास्त कुष्ठरोगी या संस्थेच्या माध्यमातून बरे झाले आणि इथेच काम करून पुण्यात स्थायिकही झाले.

पाटील म्हणाले, ''दहावीत असताना मला कुष्ठरोगाची लागण झाली. शाळेत तपासणीसाठी आलेल्या डॉक्टरांनी मला हे सांगितले. मी घरी आल्यावर आईला सांगताच ती रडायला लागली. एका मित्राच्या मदतीने मी या संस्थेत तपासणीसाठी निघालो तेव्हा आई जाऊच देत नव्हती. कुष्ठरोगाला 'महारोग' असे म्हटले जायचे. मी या संस्थेत आलो. उपचार, प्रशिक्षण घेतले आणि नोकरीही इथेच केली. कमल पाटील यांच्याशी माझे लग्न झाले. कमललाही कुष्ठरोग होता. तीही याच संस्थेत काम करते. या संस्थेने माझ्यासारख्या हजारो जणांना रोगमुक्त करून आयुष्यात उभेही केले. मात्र, आज त्याच संस्थेला घरघर लागायची वेळ आली आहे.''

यासंदर्भात चौधरी सविस्तरपणे सांगू लागले : ''या ठिकाणी अनेक कुष्ठरोगी स्त्री-पुरुष काम करत आपल्या पोटाची खळगी भरतात. बाकी अन्य कामात कित्येक हात राबतात. आता त्यांचे काम बंद झाले आहे. यातून जगणेच थांबतेय की काय, असा प्रश्न पडला आहे. कोरोनाची महामारी जशी सुरू झाली तेव्हापासून आठ महिने आमचे काम बंद होते. त्या काळातही संस्थेला नेहमीसारखेच - काम सुरू असताना यायचे तसे - वीजबिल यायचे. तसेच अलीकडच्या बंदकाळातही दरमहा एक लाख रुपये बिल आले. तेव्हापासून आतापर्यंत पंधरा लाख रुपये बिल आले आहे. सर्व ठप्प. खाण्याचे वांधे झाले. संस्थेच्या खात्यात एक लाख रुपये होते, ते आम्ही भरायला तयार होतो; पण 'महावितरण'च्या अधिकाऱ्यानं आमचे न ऐकता वीज तोडली. इथले सर्व रुग्ण 'टाटा मोटर्स'चे १४८ प्रकारचे सुटे भाग या ठिकाणी तयार करतात. ते सुटे भाग तयार करण्याचे काम कोरोनास्थिती आटोक्यात येण्याच्या सध्याच्या काळातही ठप्प आहे. आता घरीदारी सर्वत्र अंधार आहे.''

''मग हे लोक खातात काय?'' मी विचारले.

ते म्हणाले, ''अनेकांचे वय झाले आहे. समाजाने नाकारलेल्या, हाता-

पायांची बोटे नसलेल्या माणसांना कोण काम देणार? अनेकजण कित्येक ठिकाणी वॉचमन म्हणून काम करतात.''

अंतुलेनगर, मिनू मेहतानगर या भागात कुष्ठरुग्णांची ही वसाहत आहे.

पाटील म्हणाले, ''उपमुख्यमंत्री अजित पवार यांच्याशी याबाबत मी अनेक वेळा पत्रव्यवहार केला. या भागाचे मुख्य अभियंता सचिन तालेवार, प्रकाश राऊत, राजेंद्र पवार यांनाही भेटलो; पण आमच्या प्रश्नावर तोडगा काही निघाला नाही.''

हाता-पायाची बोटे नसणाऱ्या त्या माणसांनी आपल्या श्रमातून सोने निर्माण केले होते खरे; पण या सोन्याला कोरोना आणि सततच्या बंदमुळे कवडीचा भाव मिळत नव्हता. मदर टेरेसांपासून ते ब्रिटनची राणी एलिझाबेथ अशा अनेकांनी या संस्थेला भेट देऊन इथल्या कामाचे कौतुक केल्याचे मला गप्पांमधून कळले. ती जुनी सर्व छायाचित्रे, कात्रणे आणि डायरीमधील कामाच्या नोंदी मला पाहायला देण्यात आल्या.

ज्यांना समाजाने नाकारले त्या सर्व कुष्ठरोगग्रस्तांना पुण्यात डॉ. जाल मेहता यांनी आणि 'आनंदवना'त बाबा आमटे यांनी स्वीकारले, त्यांना उभे केले. आता जालही नाहीत आणि बाबाही नाहीत. त्यांच्या पश्चात तुम्ही-आम्ही या दुःखितांचे अश्रू पुसण्यासाठी कुणीच पुढे का येत नाही? या संस्थेला निसर्गाने शाप दिला आणि सरकारने लाथाडले अशी अवस्था आहे. याची कोंडी कधी फुटणार की नाही?

पाटील यांच्या घरीही मी जाऊन आलो. रोहन आणि रितेश हे त्यांचे नातू 'बाबा, बाबा' करत त्यांच्याकडे पळत आले. रोहनने आजोबांच्या तोंडात बिस्किट घातले. आजोबांनी ते बिस्किट अक्षरशः गिळले. माझ्या मनात विचार आला की आपल्या सहकाऱ्यांच्या घरातली चूल पेटत नसेल तर या आजोबांच्या जिभेला तरी चव कशी असेल! पाटील यांचा निरोप घेऊन मुंबईकडे निघालो. मनात अनेक प्रश्न होते. निघताना बुक्के सरांचा फोन आला. मी त्यांना सर्व परिस्थिती सांगितली.

सर म्हणाले, ''या कोरोनामुळे अनेक संस्थांची फार वाईट अवस्था आहे.'' चौधरी यांनी सांगितलेल्या अनेक प्रसंगांनी माझे डोके सुन्न झाले होते.

■

८.

मायानगरीची मोहमाया...

माझा मित्र राजू जाधवचा फोन आला. म्हणाला, ''बाबा गेले, तू घरी ये लवकर.'' माझ्या मनात एकदम धस्स झाले. मी राजूच्या घरी पोहचताच घरातल्या सर्वांचा आक्रोश सुरू झाला. राजूच्या डोळ्यांत अश्रू पाहून मी स्वतःला सावरू शकत नव्हतो. आम्ही सर्वांनी अंधेरीची स्मशानभूमी जवळ केली. कोरोनामुळे तिथे रांग लागणे अजून काही थांबले नव्हते. त्यात आमची एक भर पडली. माणूस कितीही मोठा असला तरीही स्मशानभूमीतली आग पाहिली की त्याच्यामध्ये असलेला 'इगो' बाहेर पडतोच, हे तिथे येणाऱ्या प्रत्येक माणसाच्या चेहऱ्यावर दिसत होते. पुढे एक प्रेत जळत होते, त्या'प्रेता'च्या बाजूला दोघी जणी रडत होत्या. बाजूला दुसऱ्या सरणावर काकाला ठेवले होते. कोरोनाने कितीही नियम घातले तरी, माणुसकीच्या नियमावर टाच ठेवणे प्रशासनाला जमले नव्हते. खूप भीती घातली तरी चार माणसे एका प्रेतामागे दिसत होती.

समोर असलेले प्रेत जळून गेले होते तरी त्या दोन महिलांचे रडणे काही संपत नव्हते. काकांना 'मुखाग्नी' देऊन आम्ही परतीचा रस्ता धरला. ते त्यांच्या घरी निघाले, मी नवी मुंबईकडे जायला निघालो. गाडी सुरू करणार तेव्हढ्यात गाडीचा दरवाजाबाहेरून कुणीतरी वाजवला. मी दरवाजा उघडला, पाहतो तर काय? त्या दोन महिला, ज्या केव्हापासून रडत होत्या, त्यातील एक महिला घाबरून गेली होती. मला म्हणाली, ''पाणी आहे का? माझ्या आईला चक्कर आली.'' मी पटकन पाण्याची बाटली दिली. मीही त्या महिलेसोबत बेशुद्धावस्थेत

पडलेल्या महिलेकडे गेलो. ती महिला त्या चक्कर आलेल्या महिलेच्या तोंडावर पाणी टाकत "उठ आई, उठ आई'' म्हणत रडत होती. ती महिला 'आक्रोश' करीत मला म्हणत होती. "दादा, पहा की ओ, माझ्या आईला काय झाले? का उठत नाही ती?" मीही गोंधळून गेलो, काय करावे मलाही काही सुचेना.

आम्ही दोघे आणि त्या स्मशानात काम करणारे दोघे, त्या बाईला उठवण्याचा प्रयत्न करत होतो, पण ती बाई काही उठेना. ती रडणारी बाई म्हणाली, ''दादा मी तुम्हाला हात जोडते, माझ्या आईला दवाखान्यापर्यंत घेऊन चला." मी माणुसकीने मान हलवली. त्या दोन माणसाच्या मदतीने आम्ही त्या बाईला माझ्या गाडीत टाकले. बाजूला एक छोटा दवाखाना होता, त्या दवाखान्यात आम्ही गेलो. डॉक्टरने तपासले, सलाईन लावली. काही वेळाने त्या महिलेने डोळे उघडले. मी आणि सोबत असणाऱ्या त्या महिलेने सुटकेचा श्वास सोडला. मी त्या दवाखान्यातून घरी जाण्यासाठी निघालो. डॉक्टरची 'फी' देऊन मी बाहेर येताना त्या सोबत असणाऱ्या महिलेने मला पाहिले. माझ्यासमोर हात जोडून उभे राहत ती महिला म्हणाली, "दादा, तुमचे आभार मी कसे मानू तुम्ही देवासारखे धावून आलात."

मी म्हणालो, "जे वारले ते कोण होते?" ती महिला म्हणाली, "माझे वडील होते." मी म्हणालो, "काय झाले होते त्यांना?" त्या म्हणाल्या, "काहीच कळले नाही. चार दिवस आजारी होते." "तुमचे वडील काय काम करायचे?" त्या म्हणाल्या, "ते पुजारी होते." मी म्हणालो, "तुम्ही काय काम करता?" त्या म्हणाल्या, "मी एका खाजगी कार्यालयात नोकरी करते. आई चार घरी धुणी-भांडी करते." आमच्या दोघांच्या गप्पा सुरू झाल्या. त्या गप्पांमधून अनेक विषय पुढे आले आणि माझ्या पायाखालची वाळू सरकली. मी ज्या महिलेशी बोलत होतो, तिचे नाव रेश्मा. (हे मूळ नाव नाही) मुंबईच्या मोहाने त्या मुलीला नको ते करायला लावले होते.

राजस्थानमधले हे कुटुंब. आज मुंबईत येऊन दहा वर्षे झाली. मुंबईच्या वातावरणात या कुटुंबाची झालेली वाताहत जगासमोर मांडायची कशी, असा प्रश्न माझा मलाच पडलाय. जसे मुंबईत अनेकजण 'लक्षाधीश' बनतात, तसे या मोहमायेत कित्येकजण बरबादही होतात. खूप लवकर श्रीमंत होण्याच्या 'मोहापायी' चांगल्या चाललेल्या 'जिंदगानी'चे मातेरे कसे होऊन जाते, हे कळतही नाही.

रेश्मा सांगत होती, मला मुंबईत करिअर करायचे, हा हट्ट धरून मी आई-बाबाला राजस्थानवरून मुंबईला घेऊन आले. मी छोटीशी नोकरी करू लागले. आजूबाजूची मोहमाया पाहून माझे डोळे फिरू लागले. झटपट श्रीमंत कसे व्हायचे याचे अनेक फॉर्म्युले मी शोधत होते. वडील सतत म्हणायचे, 'जे काही करतेस ते स्वाभिमानाने कर, आपले संस्काराचे तत्त्वमूल्य सोडू नको.' मी त्यांना हो-हो म्हणत गेले. मी माझ्या मैत्रिणीच्या संगतीने माझे शरीर नासवून घेतले. मी राजरोसपणे देहविक्रीचा व्यवसाय करू लागले. मला त्यातून बाहेर पडणे शक्य नव्हते. माझ्याकडे येणारा खूप पैसा पाहून बाबांना शंका आली. त्यांनी माझी चौकशी केली, त्यांना सर्व काही कळाले. मला चांगला चोप दिला. घरात डांबून ठेवले. त्या दिवसापासून बाबा पूर्णपणे खचून गेले. कोणते पाप केले म्हणून मी त्यांच्या पोटी जन्म घेतला, असे त्यांना नेहमी वाटत होते. आईने तर अन्न-पाणी सोडून दिले. मला अनेक वेळा आत्महत्या करावी, असे वाटत होते. मी आत्महत्या केली तर, आई-बाबांचे काय होईल, हा दुसरा विचारही मनात येत होता. काही दिवसांपूर्वी बाबांनी मला जवळ बोलावले. ते म्हणाले, "रेश्मा बेटा, जे झाले, ते झाले. मागचे सर्व विसरून आता तू पुन्हा नवे आयुष्य सुरू कर."

मी त्यांचा हात माझ्या हातात घेऊन खूप रडले. बाबाही रडत होते. मी म्हणालो, ''त्या वेळी आई कुठे होती?"

रेश्मा म्हणाली, "बाजूलाच. आईच्या अंगात रडण्याचे पण बळ नव्हते. ती एकदम शांत होती. माझे डोळे पुसत बाबा म्हणाले, "बेटा आता माझी जाण्याची वेळ जवळ आली आहे, माझी एक शेवटची इच्छा आहे, माझे अंत्यसंस्कार तू चंदनाच्या लाकडात कर, हा देह जळताना चंदनाचा व्हावा, अशी माझी इच्छा आहे. मी बाबांच्या तोंडावर हात ठेवला आणि जोरजोराने रडायला लागले. मला काय माहिती बाबा जे बोलतील ते खरे होईल, पाच दिवसांनी बाबा गेले. मी घरात, आई-बाबा आजारी, त्यामुळे घरात एक रुपयाही नव्हता. मी आईला म्हणाले, 'मी अंत्यसंस्कार करण्याची व्यवस्था करून येते' आणि बाहेर पडले. घरात बापाचे प्रेत पडलेले असताना मी पैसे जमवण्याच्या नादात ग्राहकांच्या शोधात होते. ग्राहक मिळाले, पैसे मिळाले. त्या दिवशी त्या ग्राहकांसोबत मी किती वेळा मेले, हे माझे मला माहिती आहे. आपण स्त्री असल्याची किळस त्या दिवशी मला वाटत होती. त्या पैशाने मी चंदनाची लाकडे घेतली आणि माझ्या वडिलांचे अंत्यसंस्कारही केले."

एकीकडे रडणे, दुसरीकडे मनातील भडास काढणे, तिसरीकडे वडिलांनी सांगितल्याप्रमाणे जीवन जगायचे अशा आवेशामध्ये रेश्मा माझ्याशी बोलत होती. तिचे ऐकताना माझ्या अंगावर काटे येत होते. तिला 'शांत हो ताई' म्हणण्याखेरीज माझ्याकडे कोणतेही शब्द नव्हते.

एकीकडे वडिलांची इच्छा, दुसरीकडे वडिलांनीच नवे आयुष्य सुरू कर असा टाकलेला शब्द, अशा दुहेरी कात्रीत सापडलेल्या रेश्माने शेवटी कर्माच्या अग्निकुंडात उडी घेतलीच घेतली. घरात वडिलांचे प्रेत पडले असताना रेश्माने काय केले असेल, ते सारे चित्र माझ्या डोळ्यासमोर येत होते. मी निघालो.

दवाखान्यातून निघून त्या दोघी रिक्षाची वाट पाहत रस्त्यावर थांबल्या होत्या. रेश्माच्या आईची अवस्था फार वाईट होती. तिला उभेही राहता येईना. पुन्हा मला दया आली. मी त्या दोघींना गाडीत बसवले आणि घरी सोडले. रेश्माच्या घरी सामानाची बांधाबांध सुरू होती. मी रेश्माला विचारले, "हे सामान का बांधलेय?" रेश्माची आई पहिल्यांदा बोलली. ती म्हणाली, "आम्ही राजस्थानला आमच्या गावी चाललो आहोत. माझे दोन्ही भाऊ मला नेण्यासाठी आले आहेत." आई बोलताना मी रेश्माच्या चेहऱ्याकडे पाहिले, ती अजून जास्त रडत होती. त्या सर्वांचा निरोप घेऊन मी नवी मुंबईकडे निघालो.

मुंबईच्या मोहात, वातावरणात, वडिलांच्या वचनात, आणि कर्तव्याच्या ओझ्याखाली दबलेल्या रेश्माचा शेवट काय होईल माहिती नाही. रेश्मा कुणावर तरी प्रेम करते, रेश्माला मुंबई सोडून जायचे नाही, रेश्माची आई तिच्यासाठी सर्व काही आहे. ती कसा मार्ग काढणार काय माहिती? अशा अनेक रेश्मा बाहेरून येऊन मुंबईकर होतात, काही तरतात तर काही रोज जीव मुठीत घेऊन मरतात. मोहात जगणे किती महागात पडते, हे यावरून दिसते. त्यापेक्षा आहे त्यात समाधान मानून जगणे केव्हाही चांगलेच ना! त्यामुळे जगणे तरी नक्की सुंदर होईल.

■

१.

आयुष्य सावरणारी, आधार देणारी...

माझा मित्र सचिन जाधव मुंबई विमानतळावरील पोलिस ठाण्यात नोकरीस आहे. जेव्हा मी विमानतळाकडे जातो, तेव्हा त्याला भेटत असतो. परवा मी त्याला भेटलो. गप्पा मारत असताना तिथे एक महिला आली. सर्वजण त्या महिलेला नमस्ते-नमस्ते करत होते. मला एक जाणवले, सगळे पोलिस तिला नमस्ते करत आहेत, याचा अर्थ ती महिला विशेष कोणीतरी आहे. प्रसन्न चेहरा, कपाळावर मोठे कुंकू यामुळे त्या लक्ष वेधून घेत होत्या. मी सचिनला विचारले, ''कोण आहे ही महिला?''

सचिन म्हणाला, ''समाजसेविका आहेत. अडचणीत सापडलेल्या मुलींना त्या मदत करतात.'' आम्ही ज्या ठिकाणी चहाला बसलो, त्याच ठिकाणी ती महिला आमच्या बाजूला चहा घेत होती. तिच्यासोबत दोन मुली होत्या. त्यांच्या गप्पा सुरू होत्या. त्यातील एक मुलगी त्या महिलेशी बोलताना रडत रडत काहीतरी सांगत होती. सचिन माझ्याशी बोलत होता. त्याच्या बोलण्याकडे माझा एक कान होता, तर दुसरा कान त्या महिलांच्या बोलण्याकडे होता. सचिनने माझ्या आग्रहास्तव त्या महिलेशी माझी ओळख करून दिली. मी ज्या महिलेशी बोलत होतो, त्यांचे नाव विजया दीपक यादव (मूळ नाव बदललेले आहे.) मूळच्या त्या बिहारमधल्या. त्या धाडसी, अभ्यासू असल्याचे त्यांच्याशी बोलताना जाणवत होते.

त्यांचा अभ्यास विद्यापीठातून मिळालेल्या पदवीतून झालेला नव्हता, तर त्यांच्या अनुभवांच्या शिदोरीतून आलेला होता, हे कळत होते.

मुंबईत यायचे, मोठे व्हायचे, चित्रपटामध्ये काम करायचे, सगळ्या दुनियेमध्ये आपले नाव करायचे, ही भावना मनात ठेवून विजया आपल्या एका टॅक्सी चालवणाऱ्या मित्राच्या सांगण्यावरून मुंबईत आल्या. मुंबईत चार दिवस काढल्यावर, मित्रानेच आपला सौदा कुण्या तिसऱ्या माणसासोबतच केला, हे त्यांच्या लक्षात आले. मुंबईचे ते सगळे नवीन वातावरण. घरी बोलायला, तोंड दाखवायला जागा नव्हती. त्या सगळ्या वातावरणातून बाहेर निघणे शक्य नव्हते. असे तब्बल तीन वर्षे चालले. या दलदलीतून आपल्याला कधी बाहेर पडता येईल, या संधीची त्या वाट पाहत होत्या. रोज इच्छा नसतानाही त्यांच्यावर होणारे अत्याचार अंगवळणी पडले होते. त्यांच्यावर झालेले अत्याचार त्या मला सांगत होत्या. त्यांचे अनुभव ऐकून माझ्या अंगावर शहारे येत होते. गप्पा मारत मारत आम्ही ते पोलिस स्टेशन सोडले.

पार्ल्याच्या कॉर्नरवर असणाऱ्या पिझ्झा सेंटरमध्ये आम्ही चौघेजण बसलो. मी विजया यांना विचारले, ''या दोन मुली कोण आहेत?'' विजया म्हणाल्या, ''या दोन्ही मुली उत्तर प्रदेशातून आल्या आहेत. मुंबईत नोकरीला लावतो, तुझ्यासोबत लग्न करतो, असे सांगून या दोन्ही मुलींना मुंबईत आणण्यात आले. मागच्या महिन्यामध्ये त्या दोन्ही मुलींना जबरदस्तीने अन्य प्रदेशात नेले जाऊ लागले. या मुलींच्या मैत्रिणींना याची कुणकुण लागली. त्यांनी याबाबत मला हे सांगितले. मग मी विमानतळावरच त्या मुलींना गाठले. तिथल्या पोलिसांनी मला मदत केली. आज त्याविषयी पोलिस स्टेशनमध्ये विचारणा होती. म्हणून मी या दोन्ही मुलींना इकडे घेऊन आले.''

त्यांचे बोलणे ऐकून मला एकदम धक्का बसला. भाजीपाल्याची विक्री करावी, तसा इथे मुलींचा व्यवहार होतो, हे ऐकून कुणालाही खरे वाटणार नाही; पण ते सत्य होते.

विजया यांच्या अर्धवट कहाणीकडे आम्ही पुन्हा वळलो. त्या म्हणाल्या, ''मुंबईत येऊन दहा वर्षांचा काळ लोटला. नंतर ही मुंबई ओळखीची झाली. इथली माणसे, त्यांचे वागणे, जगणे, इथे लागणारा पैसा, या सगळ्यांची घट्ट ओळख होऊन गेली. पोलिस, राजकारणी, चोर, दरोडेखोर या सगळ्यांचा संबंध येत गेला. मी माझ्या आई-वडिलांना खोटे सांगितले. स्वतःच्या मनाची फसवणूक केली. आता काहीतरी चांगले केले पाहिजे, ही भावना सतत मनात येऊ लागली. सेवाभावी कार्यामध्ये रुची असणाऱ्या अनेकांशी माझा संबंध यायला लागला.

त्यांचा चांगुलपणा मनात घर करून जायचा. एके दिवशी माझ्या मैत्रिणीचा गावाकडून फोन आला. म्हणाली, “माझ्या भावाची मुलगी मुंबईला पळून गेली आहे. त्या मुलीचा चार महिन्यांनंतर फोन आला.” म्हणाली, “मी खूप अडचणीमध्ये आहे.” मी त्या मुलीचा नंबर घेतला. तिचा शोध घेत, तिला तिथल्या अडचणींमधून बाहेर काढले. तिला ज्याने फसवले होते, त्याच्या दोन थोबाडीत मारून त्याला पोलिसांच्या हवाली केले.'' विजया अजून बोलण्याच्या मूडमध्ये होत्या. मी त्यांना थांबवलं व विचारले, ''ती मुलगी आता कुठे आहे?'' त्या म्हणाल्या, ''अंधेरीला एका दवाखान्यात नर्स म्हणून ती काम करते. पुढचे शिक्षण ती आता घेत आहे.'' विजया अनेक विषय मला सांगत होत्या. माझे प्रश्न, त्यांची उत्तरे, असे आमचे सुरू होते. त्या ठिकाणी बसण्यासाठी पिझ्झा घेणे वाजवी होते. पिझ्झा आला, तो संपला, मात्र आमचे बोलणे काही संपत नव्हते.

विजया म्हणाल्या, ''त्या मुलीनंतर मी अशा अनेक मुलींना अडचणीतून बाहेर काढू लागले. मागच्या दहा वर्षांमध्ये किमान एक ते दीड हजार मुलींचे आयुष्य बरबाद होण्यापासून मी वाचवले असेल. देहविक्रयाच्या व्यवसायात आल्यावर परत माघारी फिरता येत नाही, असे अनेकींच्या मनावर कोरून ठेवले गेले आहे, जे साफ खोटे आहे. आपण चूक केली, ती चूक सुधारण्यासाठी काहीतरी चांगले काम केले पाहिजे. या माध्यमातून आपल्या मनामध्ये असणाऱ्या चांगल्या महिलांना आपण जागे केले पाहिजे. तसे 'नसलेल्या आयुष्यात पुसलेली ओळख' घेऊन जगणे सोपे नसते.''

विजया यांना मी त्यांच्या घराबद्दल विचारले. त्या म्हणाल्या, ''मी देहविक्रीचा व्यवसाय करायला लागले, तेव्हा बापाने आत्महत्या केली. त्यानंतर काही दिवसांत आईचेही निधन झाले. भावाने माझ्याशी केव्हाच नाते तोडले होते. आई व वडिलांच्या निधनानंतर मला त्यांचे अंत्यदर्शनही घेता आले नाही. भावाला, भावाच्या बायकोला, मी अनेक वेळा त्या वेळेस फोन केले; पण त्यांचे वाक्य एकच होते, ''तू आमच्यासाठी मेलीस''.

घरच्यांच्या आठवणीत मी तासन् तास रडून काढले. आता रडून-रडून डोळ्यांतले पाणी संपलेय. गावाकडे दारिद्र्याने मला संपवून टाकले होते, इकडे मुंबईत लालसेने हरवून टाकले होते. माणसे स्त्रीला फक्त उपभोगाची वस्तू समजून तिचा उपभोग घेतात, बाकी काहीच नाही. या अनुभवातून मी अनेक पुरुषांना चांगलाच धडा शिकवला. या सगळ्यातून बाहेर पडण्यासाठी मला माझ्या

मैत्रिणीची नातेवाईक मुलगी कारणीभूत ठरली. त्यानंतर ठरवले, त्या मार्गाला कधी जायचे नाही. मिळेल तिथे चांगले काम करायचे. चार मुलींच्या आयुष्याचे कल्याण करण्यासाठी सदैव कार्यरत राहायचे.''

विजया माझ्याशी बोलत असताना माझी गाडी आली. "मी त्याच गाडीमध्ये तुम्हाला सोडतो," अशी विनंती विजया यांना केली. आम्ही त्यांच्या घरी गोरेगावला गेलो. एखाद्या माहेरच्या माणसाला बोलावतात, तसे विजया यांनी मला घरामध्ये बोलावले. घरात पाच मुली, दोन महिला होत्या. कोणी अभ्यास करत होते, कोणी शिवणकाम करत होते, तर कोणी जेवण बनवत होते. त्या घरात गेल्यावर मी सगळ्यांना त्यांचे काम आणि नावे विचारली. प्रत्येक जण कुठे ना कुठेतरी काम करत होते. या सगळ्या जणींना विजया यांनी सोडवून आणले होते. अशा अडचणीत असणाऱ्या मुली, महिला विजया यांच्याकडे येतात. चांगले काम सुरू करेपर्यंत विजया यांच्याकडे राहतात. पुन्हा विजया यांचा निरोप घेऊन आपापल्या गावी निघून जातात. विजया यांची आठवण ठेवत सन्मानाचे पुढचे आयुष्य जगतात. तिथे असणाऱ्या सर्व मुली, महिला विजया आमची आई आहे, असे म्हणत होत्या. त्या प्रत्येकीची कहाणी एखाद्या चित्रपटाला लाजवेल अशीच.

त्या घरातल्या देवघरामध्ये भगवद्गीतेची प्रत ठेवली होती, त्याची पूजा केली जात होती. त्यातील कर्म आणि कर्तव्य याच्या सूत्राची सांगड मला विजया यांच्या कामात दिसत होती. विजया यांचे काम तसे साधेसुधे नव्हतेच. त्यांना आज कुणीतरी आपणास चांगले म्हणण्याची गरज वाटत नाही, किंबहुना त्यांच्या मनाने ठरवलेय, की आपण काहीतरी चांगले काम करायचे.

मी विजया यांचा निरोप घेऊन माझ्या घराच्या दिशेने निघालो. मुंबईसारख्या महानगरांमध्ये विजयासारख्या मुलींची, महिलांची पावलोपावली फसवणूक होत असेल; पण अशा महिला सावरतात, पुढे जातात. फार कमी महिला, मुली इतरांचे आयुष्य सुधारण्यासाठी पुढाकार घेत असतील! अशा चांगल्या भावनेतून काम करणाऱ्या विजयासारख्या साक्षात्कार झालेल्या अनेक महिला, मुलींना भगवद्गीतेचे खरे दर्शन त्यांच्या कामांमधून होत असेल.

■

१०.

शकीरा

त्या दिवशी सुनीता नागरे यांचा मला फोन आला. त्या म्हणाल्या, ''उद्या पुण्यामध्ये भाऊबिजेच्या एका कार्यक्रमासाठी तुरुंगात जायचे आहे, मी तुम्हाला मागेच सांगितले होते.''

मला आठवले. सुनीता यांनी 'अभिषेक सामाजिक शैक्षणिक संस्थे'च्या माध्यमातून आदिवासी पाड्यावर जाऊन शिक्षणाची ज्योत पेटवली. तुरुंगामधील कैदी, पीडित महिला, अनाथ मुलांचे शिक्षण यासाठी सुनीता नागरे यांनी मोठे काम केले आहे. दरवर्षी सुनीता दिवाळीला तुरुंगामधील कैदी महिलांना घेऊन भाऊबीज साजरी करीत असतात. आम्ही दुसऱ्या दिवशी ठरल्याप्रमाणे त्या तुरुंगामध्ये गेलो. सुनीता नागरे यांच्यासोबत काही महिला स्वयंसेविकाही होत्या. प्रशासकीय पातळीवर भेटीबाबत अगोदरच ठरले होते. आतमध्ये गेल्यावर सुनीता यांना पाहून अनेक कैदी महिला हातातील काम सोडून सुनीता यांना भेटायला धावून आल्या. त्या भेटीवरून वाटत होते, सुनीता अनेक वेळा यापूर्वीही तिथे आल्या असणार. तुरुंगामधले अनेक अधिकारी आमच्यासोबत होते. या महिला इथे का आल्या, इथपासून ते त्यांच्यासोबत असणाऱ्या लहान लहान मुलांच्या भवितव्यापर्यंत आम्ही त्या महिला कैद्यांशी बोलत होतो. काय परिस्थिती होती बापरे! छोट्या-छोट्या गुन्ह्यांमध्ये अडकलेल्या त्या सगळ्या जणी आयुष्याच्या एका काळकोठडीमध्ये बंद होत्या. अनेकींच्या बाबतीमध्ये चार-चार वर्षे झालेली गुन्हे घडून; पण अजून खटले सुरू झाले नाहीत.

काय म्हणायचे या व्यवस्थेला! अनेक जणी अशा आहेत, त्यांची सुटका झाली आहे; पण जामिनासाठी त्यांच्याकडे पैसे नाहीत. अनेकजणी अशाही आहेत, ज्यांना बाहेर जाऊन गुन्हेगार गुन्हेगार म्हणून समाजातून होणारी अवहेलना ऐकून घ्यायची नाही. सुनीता नागरे आणि त्या स्वयंसेविका भाऊबीजेच्या कार्यक्रमाच्या तयारीला लागल्या. काही ठरावीक महिला कैदी मला ओवाळत होत्या. ओवाळताना अनेक महिलांचे अश्रू दिव्याच्या तेलामध्ये पडत होते. त्यातून तड-तड असा दिव्याचा आवाज येत होता. कुणाला भावाची आठवण येत होती, कुणाला घरच्यांची. ओवाळणी टाकताना मनामध्ये एक विचार येत होता, या महिलांना आपण काही तरी मदत केली पाहिजे. हीच त्यांना दिलेली भाऊबिजेची खरी भेट ठरेल. सासू-सुनेच्या वादातून दोन कुटुंबात पडलेली ठिणगी, हा विषय जवळजवळ सर्व महिलांचा होता.

रत्नागिरीच्या शकीरा शेख (मूळ नाव बदलले आहे) हिच्याशी मी बोललो. शकीरा हिच्यावर सासूला जाळून मारले, असा खुनाचा आरोप आहे. सासूला वाचवताना शकीराचा नवरा अनिमचा मृत्यू झाला. सकिना आणि सबिना या दोन्ही मुलीही भाजून निघाल्या. त्यामध्ये लहान सबिनाचे दवाखान्यात उपचार घेताना निधन झाले. शकीराही भाजली होती. या गुन्ह्यात शकीरा अडकली. वयाच्या सव्वीसाव्या वर्षी शकीरा जेलमध्ये आली. शकीरा सांगत होती, 'आम्ही भरलेल्या घरात सगळे जण आनंदात होतो. मी आणि माझा नवरा दोघेही उच्चशिक्षित. एका छोट्या कंपनीत नोकरी करत होतो. लग्नाच्या दोन नणंद घरामध्ये होत्या. तिसरीचे लग्न आम्हीच लावून दिले होते. छोट्या छोट्या कारणावरून सासूसोबत वाद खूप व्हायचे. त्या दिवशी भांडणात सासू आतमधल्या रूममध्ये गेली, तिने आतून दरवाजा लावला. रॉकेल अंगावर टाकून पेटवून घेतले. ती तर गेली; पण तिच्या एका काडीने आमच्या अनेकांचे आयुष्य होरपळून निघाले. नातेवाईकांसह सगळ्यांना वाटते सासूला मीच जाळून मारले.' माझ्याशी बोलताना ती हुंदके देत रडत होती.

सुनीता नागरे मला सांगत होत्या, ''शकिराची केस तशी सोपी आहे. ज्यांनी ही केस टाकली, ते मागे घ्यायला तयार आहेत. त्यांना हे चुकीचे झाले, हे कळाले आहे. त्यामुळे तिची यातून काही दिवसांत का होईना, सुटका होऊ शकते.'' शकिरा लगेच म्हणाली, ''दीदी, बाहर जाके क्या करू. मेरा तो सबकुछ साँसने लगाई हुई आग मे जल गया. बाहेर जाऊन रोज प्रत्येक क्षणाला मरण्यापेक्षा इथे जेलमध्ये बरे आहे ना. मी बाहेर गेल्यावर दोन कुटुंबे अजून एकमेकांची डोकी

फोडून घेतील,'' असे म्हणत शकीरा सुनीता यांच्या खांद्यावर मान ठेवून रडत होती.

माझ्यासमोर एकदम 'अकीरा' चित्रपट आला. 'अकीरा' चित्रपटाची नायिका शेवटी म्हणते, 'मी समाजासाठी येशूसारखे स्वतःला खिळे मारून घेऊन स्वतःलाच लटकवले.' इथे अशा नेक शकीरा होत्या ज्या अकीरा झाल्या होत्या. ज्यांनी सामाजिक स्वास्थ्यासाठी स्वतःला सुळावर चढवून घेतले. परळीची वैजंता जाधव अधिकारी होती. वैजंताची तीन वर्षांपासून अजून केस सुरू झाली नाही. गुन्हा काय, तर सुनेला जीवे मारण्याचा प्रयत्न केला.

धुळ्याची जयश्री रानडे यांची शिक्षा संपली. काही पैसे भरण्याच्या कारणामुळे जामीन होऊनही तुरुंगामध्येच आहेत. बापरे! प्रत्येकाची कहाणी थरकाप उडवणारी होती. अलीकडे तुरुंगामधील चित्र वेगळे झाले आहे. कैद्याला माणूस म्हणून इथे वागवले जात होते.

सकाळी सहा वाजल्यापासून ते रात्री दहा वाजेपर्यंत कारागृहात नियोजित सगळे ठरलेले असते. कारागृहाचे एक वरिष्ठ अधिकारी मला भेटले. त्यांना इतर कारागृहाचा चांगला अभ्यास होता. मी त्या अधिकाऱ्यांना विचारले, सुटका झाली आहे; पण थोडे-फार पैसे जमानतीसाठी नाहीत, अशांची संख्या किती असेल? ते अधिकारी थोडे शांत होऊन म्हणाले, एक हजाराच्यावर असेल. मला एकदम धक्का बसला. माणुसकी शून्य झाली आहे, असा हा विषय होता. आम्ही फिरून तिथले वातावरण पाहत होतो. तिथे असणाऱ्या महिलांचे डोळे काहीतरी बोलत होते. आम्ही केले ते निश्चितच चुकीचे आहे; पण आम्ही आता ते भोगले आणि दुसरे काही गुन्हा नसतानाही आम्हाला अडकवण्यात आले आहे.

मी बाहेर जाण्यासाठी निघालो, जातांना शकीराच्या मुलीला मी जवळ छातीशी घेतले. माझ्यासह अनेकांच्या डोळ्यात पाणी आले. आपण या सर्वांसाठी मिळून काही तरी करू, ही भावना मनामध्ये घेऊन मी तिथून निघालो. आम्ही बाहेर पडेपर्यंत अनेक महिला मोठ्या आशेने आमच्याकडे पाहत होत्या. तिथे असणाऱ्या परिस्थितीचा, दोष कुणाला द्यायचा. समाजव्यवस्थेला, व्यवस्थेला की अन्य कोणाला मला काही कळत नव्हते. सविता नागरेसारख्या अनेक जणी मदत करतात पण त्यांनाही आर्थिक अडचणीसह अनेक अडचणीला सामोरे जावे लागते, हे खरे होते. मी दिवाळीत भेटलेल्या त्या बहिणींचा चेहरा आजही माझ्या डोळ्यासमोरून जात नाही.

■

११.

कानमंत्र कष्टाच्या वारशाचा!

त्या दिवशी पुण्यात मीटिंगला थोडासा वेळ होता. मनात विचार आला, थोडे पाय मोकळे करून यावेत. आमच्या 'एसआयएलसी'च्या कार्यालयापासून थोडा पुढे गेलो. 'सकाळनगर'च्या गेटवर सफारी घातलेले एक काका बूटपॉलिशसाठीची सगळी सामग्री मांडून ग्राहकाची वाट पाहत बसले होते.

आपणच या काकांचे पहिले ग्राहक व्हावे, असा विचार करून मी त्यांच्या दिशेने गेलो. पॉलिशला बूट दिले. शेजारीच काही रिक्षाचालक गप्पा मारत होते. वाढत्या महागाईवर चर्चा सुरू होती. पॉलिश करणाऱ्या काकांच्या दुकानपरवान्याकडे माझे लक्ष गेले.

मी त्या काकांना विचारले : ''काका, बराच जुना दिसतोय तुमचा परवाना.'' काका म्हणाले, ''बाबा, वयाच्या दहाव्या वर्षापासून काम करतोय. मी आणि माझा भाऊ पुण्यात आलो, रस्त्यावर दुकान थाटले ते आजपर्यंत सुरूच आहे.

मी ज्या काकांशी बोलत होतो त्यांचे नाव नवनाथ धस. बार्शी तालुक्यातील सुर्डी हे त्यांचे मूळ गाव. सन १९७५ मध्ये धाकटा भाऊ रघुनाथ याला घेऊन ते पुण्यात आले. दोघांनी रस्त्यावर बूटपॉलिशचे दुकान थाटले. एक काळी पेटी, अर्धी जमिनीत, अर्धी वर, तीत बूटपॉलिश करण्यासाठीची सगळी सामग्री आणि पेटीला मोठे कुलूप.

काका घासघासून बुटांना चकाकी आणत होते. एकीकडे, माझ्या बुटांचा रंग खुलत होता व माझ्या बोलण्यामुळे काकांच्या चेहऱ्याचाही रंग खुलत होता.

आपले गाव, कुटुंब आणि पुण्यातल्या जुन्या आठवणी यांविषयी काका भरभरून बोलत होते. साहजिकच कोरोनाचाही विषय निघाला. सध्याच्या कोरोनाच्या साथीमुळे आपल्या संसारात किती अडचणी आल्या आहेत, ते त्यांनी सांगितले.

सौदागर, अतुल आणि उमेश हे तीन मुलगे आणि मुलगी रंजना... काकांना अशी चार अपत्ये. चौघेही पोटापाण्याच्या व्यवसायाला लागले आहेत. काकांच्या भावाची मुलेही कामाला लागली आहेत.

काका म्हणाले, ''बूटपॉलिशचे एका जोडीचे तेव्हा पन्नास पैसे मिळायचे. तेव्हाही तेवढेच समाधान होते आणि आजही तेच समाधान कायम आहे.'' काका चांगलेच बोलके होते. त्यांच्याकडे विषयही भरपूर होते. मात्र, माझीच मीटिंगची वेळ होत आल्यामुळे मला निघावे लागणार होते. बोलणे आटोपते घेत मी त्यांना म्हणालो, ''मी दुपारनंतर येतो, काका.''

मीटिंग संपल्यावर मी काकांकडे पुन्हा आलो. काकांच्या बोलण्यात त्यांच्या आईचा विषय वारंवार येत होता.

मला त्यांच्या आईला भेटावेसे वाटले. आम्ही निघालो. त्यांचे घर त्याच परिसरात, जवळच होते. आम्ही काकांच्या घरी पोहोचलो. काकांची पत्नी सजाबाई यांच्याशीही गप्पा झाल्या. काकांशी त्यांचे लग्न अगदी कमी वयात झाले होते. ते कसे झाले ते त्यांना आज आठवतही नव्हते. काकांच्या आईचे नाव मंदाबाई. काका आज एरवीपेक्षा लवकर घरी आल्याचे आश्चर्य आणि आनंद दोघींच्याही चेहऱ्यावर दिसत होता.

आम्ही घरात स्थिरस्थावर झाल्यावर गप्पा पुन्हा सुरू झाल्या. काका सांगू लागले, ''आर्थिक स्थितीमुळे आईची फार परवड होते. रोज काय खायचे हा प्रश्न कोरोनानंतरच्या परिस्थितीमुळे निर्माण झाला आहे.''

आता आमच्या गप्पांमध्ये मंदाबाईही सहभागी झाल्या. त्या म्हणाल्या, ''आम्ही खूप हाल सोसले. एक वेळचे खाणेही नीटसे मिळायचे नाही. माझी दोन्ही मुले कर्तबगार निघाली ही आनंदाची बाब.''

आयुष्य जगताना सोसाव्या लागलेल्या अनेक हाल-अपेष्टांविषयी मंदाबाईंनी सांगितले.

काका म्हणाले, ''पूर्वी माणसे मोठ्या मनाची असायची. एकमेकांना सहजपणे मदत व्हायची. पूर्वी व्यवसायातून चारशे रुपये मिळायचे, आता पन्नास रुपयेही मिळत नाहीत. एवढा मोठा व्याप चालवायचा असतो, तो या गरिबीमुळे

कसा चालवायचा, हा प्रश्न माझा मला अनेक वेळा पडतो. माझे वडील काशिनाथ हे गावाकडे असतात. त्यांना शहरात अजिबात करमत नाही. गावाकडचे घर बांधायचा विचार गेल्या दोन वर्षांपासून सुरू आहे; पण ते बांधता आलेले नाही. अलीकडच्या काळात महागाईने आणि रोगराईने माझे कुटुंब अगदी होरपळून निघाले आहे.''

काकांचा काळजीचा सूर थांबवत मंदाबाई आपल्या मुलाला धीर देऊ लागल्या. म्हणाल्या, ''बाबा, आपल्याकडे काहीच नव्हते तेव्हा आनंदाने दिवस काढले. आता तर सगळे आहे... आनंदाने, माणसांनी सगळे घर भरलेले आहे. आता कशाची काळजी करायची?''

काका म्हणाले, ''एका गोष्टीची नेहमीच खंत वाटते. आईच्या आजारपणावर मी पाहिजे तसे उपचार करू शकत नाही. तिला पाहिजे ते वेळेवर देऊ शकत नाही.''

मुलगी रंजना वडिलांची समजूत काढत म्हणाली, ''बाबा, तुम्ही आम्हा सगळ्यांना लहानाचे मोठे केले, शिकवले, लग्न करून दिले, हाताला काम मिळवून दिले, तुमची जबाबदारी आता संपली आहे.''

तिला मध्येच थांबवत काका म्हणाले, ''नाही बाळा, आपल्या आई-वडिलांविषयीची आपली जबाबदारी कधीच संपत नसते. आपण जेव्हा शेवटचे डोळे मिटतो तेव्हाच ती जबाबदारी संपते.''

काका, काकांची आई आणि काकांची मुलगी या तिघांचा संवाद मला त्या तीन पिढ्यांचा संवाद वाटत होता, ज्यातून काहीतरी बोध मलाही घेता येईल, असे मला वाटले.

काकांनी आपली जबाबदारी पार पाडत जे कष्टातून उभे केले होते त्याला तोड नव्हती. आईने आपल्या मुलाला उभे राहण्यासाठी सातत्याने प्रोत्साहन दिले होते आणि तिसरी पिढी म्हणजे रंजना. ती आपल्या वडिलांच्या पावलावर पाऊल पाय ठेवत कष्टाचा वारसा पुढे नेत आहे. उतायचे नाही, मातायचे नाही, घेतला वसा सोडायचा नाही...

काम, मग ते कसलंही असो, कुठलेही असो, त्यात लाज बाळगायची नाही. पुढे पुढे पावले टाकत निघायचे, असा कानमंत्र काकांनी आपल्या मुलांनाच नव्हे, तर आयुष्यात उभे राहू पाहणाऱ्या प्रत्येकाला दिला आहे, असे मला वाटून गेले.

मी काकांच्या आईचे आशीर्वाद घेऊन काकांचा निरोप घेतला. मनात विचार आला... काकांनी जे उभे केले ते चिरंतन टिकणारे आहे. ते उभे करण्यामागे आत्मीयता होती, स्वाभिमानही होता आणि आनंद तर होताच होता.

आपण जे निर्माण करतो त्यात आनंदही असला पाहिजे. काकांची शिकवण हीच आहे. नाही का?

■

१२.

उत्साह आणि उदासीनता

माझे काका पांडुरंग काळे यांचा त्या दिवशी सायंकाळी फोन आला. म्हणाले, "आपल्या पाटनूरचे शिवाजीराव देशमुख यांच्या पायाचे ऑपरेशन आहे. तुला जे. जे. रुग्णालयात येऊन बोलावे लागेल." मी लगेच होकार दिला. दुसऱ्या दिवशी मी तिथे पोहचलो. काका आलेले नव्हते. मी फोन केला, काका म्हणाले, "आम्ही ज्या रेल्वेने निघालो, ती रेल्वे पाच तास उशिरा येणार आहे, आता उद्याच रुग्णालयात यावे लागेल." असे म्हणत काकांनी फोन ठेवला. जे.जे.मध्ये समाजसेवा विभागाचे प्रमुख म्हणून काम पाहणारे दतात्रय विभूतेकाका आले नव्हते. एक डॉक्टर आवारात अनेकांना तपासत होते. फिरत्या दवाखान्यासारखे त्यांचे काम सुरू होते. एक आजी त्या डॉक्टरला म्हणत होत्या, ''बाबा, किती सेवा करतोस रे! माझ्या लेकानेपण एवढी सेवा केली नाही.''

डॉक्टर तपासत पुढे जात होते. कुणाला काही सल्ला देत होते, कुणाला खासगीत बोलत होते. सगळीकडे फिरून ते डॉक्टर गेले. मी विभुते काकांना फोन लावला. काका म्हणाले, ''मी थोड्या वेळात पोहोचतो. तुम्ही सामाजिक विभागात थांबा.'' थोड्या वेळात ते डॉक्टर पुन्हा मला तिथे दिसले. ते लोकांना जेवणाचे पाकिट वाटत होते. आवारात एका झाडाच्या सावलीखाली बसलेल्या एका महिलेला मी विचारले, ''आजी, हे डॉक्टर कोण आहेत आणि तुम्हाला आस्थेनं का विचारत होते." आजी म्हणाल्या, ''हे डॉक्टर जे.जे.मधलेच आहेत. लई देवमाणूस बाबा. माझे यजमान गेल्या दोन महिन्यांपासून दवाखान्यामध्ये

आहेत. माझ्यासोबत कुणीही नाही. ना कुणाचा आधार; पण मला डॉक्टरांमुळे, माझ्या घरच्या कुणाची कमतरता भासली नाही. गावाकडून कुणी भेटायला आले नाही. दोन मुले आहेत, तीन मुली आहेत; पण त्यांना बाप जिवंत आहे का मेला, हे येऊन पाहावे, असे वाटत नाही,'' असे सांगत बिचाऱ्या आजी रडत होत्या.

तेवढ्यात विभूते काका आले. मी विभूते काकांना म्हणालो, ''काका, कोण आहेत हे डॉक्टर? किती उत्साहीपणे काम करत आहेत...'' विभूते काका हसले आणि म्हणाले, ''ते जे. जे. मधले निवासी वैद्यकीय अधिकारी डॉ. अरुण राठोड आहेत. त्यांचा पिंड सेवाभावी आहे." मी विभूते काकांना म्हणालो, ''काका, मला डॉ. अरुण राठोड यांच्यासोबत बोलायचे आहे.'' विभूते काका म्हणाले, ''हो, का नाही? नक्की.''

डॉ. राठोड यांना विभूते काकांनी आवाज दिला. डॉ. राठोड आमच्या जवळ येऊन बसले. विभूते काकांनी माझा परिचय करून दिला. मी त्यांच्यासमोर नतमस्तक झालो. डॉ. राठोड यांच्यासमोर नतमस्तक होताना माझाही ऊर अगदी भरून आला होता. विभूते काका माझ्याकडे हात दाखवत डॉ. राठोड यांना म्हणाले, ''यांना तुमच्यासोबत जरा फिरायचे आहे, बोलायचे आहे.'' डॉ. राठोड लगेच म्हणाले, ''हो, चला...''

आम्ही दोघेही निघालो. डॉक्टरांच्या स्टेथोस्कोपपेक्षा जास्त ताकद डॉक्टरांच्या हातामध्ये होती. त्यांचा हात कोणाच्या तरी पाठीवरून फिरला की, माणसाच्या डोळ्यात एकदम चमक यायची. जे.जे.चे आवार, दवाखान्यातली नेहमीची तपासणी असे करत तीन वाजता आम्ही जे.जे.च्या मागच्या भागात असणाऱ्या डॉ. राठोड यांच्या घरी गेलो. घरी डॉक्टरांची आई चंद्रभागा, वडील कमलसिंग, पत्नी अश्विनी, मुलगा रणवीर आणि मुलगी सान्वी हे सगळे जण जेवणासाठी डॉ. राठोड यांची वाट पाहत होते. डॉ. राठोड यांनी माझी ओळख करून दिली. आम्ही सर्व जण जेवायला बसलो. बाजूला एक आजोबा झोपले होते. मी डॉ. राठोड यांना विचारले, ''हे आजोबा कोण आहेत?'' डॉ. राठोड म्हणाले, ''आजोबा गावाकडून आलेले आहेत. दवाखाना फुल भरला आहे. आता यांना पाठवायचं कुठे? हा प्रश्न होता. म्हणून घरीच ट्रीटमेंट सुरू आहे.''

गप्पा मारताना डॉक्टरांच्या पत्नी म्हणाल्या, "घरात कुणीतरी रुग्ण आहे, हे आमच्यासाठी नवीन नाही. डॉक्टरांना लोकांची सेवा करायला आवडते.'' आई पुढे म्हणाल्या, ''आम्ही गरिबीचे चटके खूप सोसले. चांगले उपचार न

मिळाल्यामुळे अनेकांचे प्राण गेलेले आम्ही पाहिले. माझ्या मुलांनी डॉक्टर व्हावे, लोकांची सेवा करावी, हे आम्हा दोघांना वाटायचे.''

आम्ही बोलत असताना डॉक्टर संगणकावर काहीतरी टाईप करत बसले होते. माझी नजर त्या पत्रावर गेली. मला त्या पत्रातली भाषा जरा बंडाची वाटत होती. मी डॉ. राठोड यांना विचारले, ''काय झाले डॉक्टर? कुणाला पत्र लिहीत आहात?''

डॉक्टर म्हणाले, "आमची वैद्यकीय महाविद्यालय वैद्यकीय अधिकारी संघटना आहे. गेल्या अनेक दिवसांपासून आम्ही महाराष्ट्रातले सगळेच निवासी वैद्यकीय अधिकारी सरकारच्या बेफिकीर असलेल्या कारभाराचे बळी झालो आहोत. राज्यात वैद्यकीय शिक्षण आणि सार्वजनिक आरोग्य विभाग हे दोन वर्षांपूर्वी एकत्रित होते; मात्र कालांतराने त्यांची विभागणी केली गेली. त्यातून अनेक अवघड विषय सुरू झाले. राज्यात एकूण ५७२ निवासी वैद्यकीय अधिकाऱ्यांची पदे आहेत. त्यापैकी २६८ पदे रिक्त आहेत आणि तीनशे चार जण काम करतात. आम्हा सगळ्यांना पूर्वी वेतनश्रेणीपासून ते जगण्यासाठी लागणारे शासनाचे सगळे लाभ मिळायचे. २००६ मध्ये ३१ डिसेंबरच्या एका जी.आर.ने आम्ही सगळेजण कमालीचे अडचणीत सापडलो. आमचा पगार खूप कमी झाला. आता आम्हाला मानधन तत्त्वावर काम करावे लागते. तेही १२० दिवसांच्या तात्पुरत्या पत्रावर. कधी पगार वेळेवर मिळतो, कधी पत्र वेळेवर मिळते. अशा सगळ्या हालअपेष्टा आहेत. पण तुम्हाला सांगू का? असे असतानाही कोणाच्याही कामावर त्याचा परिणाम झाला नाही.''

डॉ. राठोड यांच्यासह सर्व डॉक्टरांबाबत सरकारच्या दरबारात असलेली उदासीनता पाहून मलाही खूप वाईट वाटले. मी पुन्हा डॉक्टरांबरोबर दवाखान्यात आलो. मी डॉ. राठोड आणि विभूते काकांचा निरोप घेऊन घराकडे निघालो. डॉ. राठोड यांच्यासारखी वसा घेऊन चालणारी माणसे सतत काहीतरी चांगले करण्याच्या दृष्टीने पावले पुढे टाकतात. त्यांना न सरकारच्या उदासीनतेची पडलेली असते, ना मोबदल्याची. त्यांचे फक्त एकच असते, आपण आपले काम करत राहायचे. लोकांचे आशीर्वाद घेत राहायचे. आपण सगळे जण मिळून डॉ. राठोड यांच्याबरोबर दुःखितांचे, पीडितांचे अश्रू पुसण्यासाठी एकत्रित येऊ या...!

■

१३.

तांडा चालला चालला!

मला यवतमाळ सोडून बराच वेळ झाला होता. रस्ता मोकळाच असल्यामुळे गाडी वेगाने जात होती. गाडीच्या काचांमधून बाहेरचे दिसत होते. कुणीतरी गाडी थांबवा, असे हातवारे करून विनंती करत होते. 'त्या' माणसाजवळ जाऊन आमची गाडी थांबली. खूप ओझे घेऊन असलेला तो माणूस म्हणाला, ''साहेब थोडे पुढे गेले की माझे गाव आहे, कृपया मला तिथपर्यंत घेऊन जाल का?'' मी म्हणालो, ''हो, चला ना.'' धोतराने घाम पुसत ती व्यक्ती गाडीत बसली. तो माणूस बोलका होता. आम्ही कुठले, कोण... सर्व तोच विचारायला लागला. तो कोण होता, हे त्याच्या बोलण्यातून कळाले.

यवतमाळच्या जवळ तोरणा नावाचा तांडा आहे. त्या तांड्यावर एक छोटेसे किराणा दुकान चालवून आपल्या कुटुंबाचा उदरनिर्वाह करणारे संजय चव्हाण दसऱ्याच्या खरेदीसाठी यवतमाळला गेले होते. संजय दिलखुलास व्यक्तिमत्त्व होते. पूर्वीचा त्यांचा तांडा आणि आत्ताचा तांडा यामध्ये असलेली कमालीची तफावत, हरवलेला आनंद याबद्दल संजय चव्हाण माझ्यासोबत बोलत होते.

''आमचा तांडा आलाय, गाडी थांबवा,'' असे संजय म्हणाले. त्यांच्याकडे खूप ओझे होते. आम्ही त्यांना सोडायला दुकानापर्यंत गेलो. गावाच्या दिशेने एक गाडी आल्याचे पाहून आजूबाजूला बसलेले सगळे लोक जमले. आम्ही गाडीतील सामान खाली टाकले आणि निघणार तेवढ्यात दुकानामध्ये सामान ठेवून संजय परत गाडीच्या दिशेने धावत आले आणि म्हणाले, ''अहो काय कमाल आहे!

चहा घेतल्याशिवाय तुम्हाला मी कसा जाऊ देईन.'' त्यांच्या आग्रहाखातर गाडीच्या खाली उतरतो. आम्हाला बाहेर पाहताच एक आजी काठी टेकवत-टेकवत आमच्याकडे आल्या. अगदी उत्साहात आजींनी आमची विचारपूस केली. त्या तांड्यामध्ये झोपड्या दिसत होत्या. चार-दोन बांधलेली घरे, बस्स... मी संजयना म्हणालो, ''ते समोर दिसते ते मंदिर कशाचे आहे?'' संजय म्हणाले, ''हनुमानाचे आहे.'' मी संजयशी काही न बोलता त्या मंदिराच्या दिशेने जाऊ लागलो. संजयही माझ्या मागे आले.

मी मंदिराच्या पारावर बसलो. आजूबाजूचे सगळे लोक संजय यांना माझ्याविषयी विचारत होते. पारावर बसलेल्या चार-पाच तरुणांनी मला पाहून हातामध्ये असणाऱ्या विड्या फेकून दिल्या. मी त्या मुलांशी बोललो, ती दबक्या आवाजात माझ्याशी बोलत होती. मध्येमध्ये मी मोडक्या-तोडक्या गोरमाटी भाषेत त्यांच्याशी बोलत होतो, तेव्हा ती मोकळेपणाने माझ्याशी बोलायला लागली. विजय नववीपर्यंत शिकला, बालाजी दहावी नापास झाला, रामू शिकलाच नाही, गौतम तिसरीपर्यंत शाळेत गेला... कोणाकडे तीन एकर शेती आहे, तर कोणी रोजमजुरी करते. मी त्यांना विचारले, ''आज दुपारी तुम्ही गावातच कसे काय?'' बालाजी म्हणाला, ''अमुक पक्षाचे अध्यक्ष आले होते. एक बैठक लावली होती. आता निवडणुका आहेत म्हणून आम्ही आज गावातच होतो. नाहीतर रोजच्यासारखे शेतात काम करत बसलो असतो.''

बाजूला बसलेले आजोबा म्हणाले, ''अरे कधीतरी खरे बोला. रोज बिड्या फुंकत इथेच बसलेले असता. काम-धंदा काहीही नसतो. सतत मोबाईलमध्ये डोके घातलेले असते. आई-बापाचे ऐकायचे नाव नाही.'' आजोबा एकदम चिडले. मी जेव्हा त्या सर्वांशी बोललो, तेव्हा तिथे खूप वाईट परिस्थिती होती. गरिबी, दारिद्र्य, मागासलेपण... अशा अनंत अडचणींतून तो तांडा जात होता. संजय मला सांगत होते, ''माझ्या आजोबांच्या काळामध्ये आमच्या तांड्यात प्रचंड वैभव होते. प्रत्येकाच्या घरामध्ये दूधदुभते होते, जनावरे होती. शेती चांगली पिकायची. प्रत्येक सणावाराला लोक प्रचंड आनंदी असायचे. शिमगा, दसरा या सणांची तयारी दहा-दहा दिवस चालायची. आता ना उत्साह आहे, ना पैसा. पुढे तांड्यात माणसे खूप वाढली. शासन आणि शासनाच्या योजना आमच्यापर्यंत कधी येतच नाहीत. पोरे शिकलीच नाहीत. जी शिकली, ती शहरांमध्ये गेली, ती परत तांड्याकडे आलीच नाहीत.''

संजयमामांचा अनुभव बोलत होता.

मी त्याच पारावर बसून मुंबईच्या एसएनडीटी विद्यापीठामध्ये साहाय्यक कुलसचिव म्हणून काम करणारे माझे मित्र, सहकारी डॉ. बाळू राठोड यांना फोन लावला. त्यांना मी गमतीमध्ये म्हणालो, ''बाळू तुम्ही छान शिकूनसवरून शहरामध्ये जाऊन बसलात, आता या तांड्यावरच्या माणसांनी कोणाकडे पाहायचे?'' बाळू हसले आणि म्हणाले, ''मी चार वर्षे तांड्यांवरच्या माणसांसाठी काम केले, अजून माझे काम सुरूच आहे. शासन गावातच जात नाही, तिथे तांड्यांवर जाण्याचा तर प्रश्नच नाही. जे थोडे काही ग्रामपंचायतीला मिळते, त्यातून तांड्याच्या वाट्याला फारसे काही येत नाही. तांड्यावरच्या समाजाचे नेतृत्व करणारा कोणी बडा नेता नाही. तुम्हाला आश्चर्य वाटेल, महाराष्ट्रामध्ये सात हजार दोनशे एवढ्या संख्येने तांडे आहेत. जवळजवळ प्रत्येक तांड्याची अवस्था अत्यंत वाईट आहे. चार-दोन तांडे सुधारलेले असतील. त्याचे कारण, तिथल्या तांड्यावर असणाऱ्या शिक्षित लोकांनी लक्ष दिले असेल.''

डॉ. बाळू यांनी जी आकडेवारी दिली, भयाण दारिद्र्य मला सांगितले, ते अत्यंत धक्कादायक होते. मी ज्या तांड्यावर होतो, तिथली अवस्था, परिस्थिती, शिक्षणाचे प्रमाण इतके कमी होते की, आपला देश प्रचंड गरीब आहे, असे वाटत होते.

बाजूला हातावर दोरी तयार करत बसलेले आजोबा सांगत होते, ''दारूचे व्यसन आमच्या तांड्याला लागलेला शाप आहे.'' संजय हळूच म्हणाले, ''अहो, दोन वर्षांत पंधरा जण दारूने मेले असतील.'' हे ऐकून मी एकदम अवाक् झालो. संजय पुन्हा म्हणाले, ''पोस्टमॉर्टेम करण्यासाठी पोत्यामध्ये भरून ही माणसे दवाखान्यात नेली, तशीच ती थेट स्मशानभूमीमध्ये नेली. ही माणसे मेली तेव्हा आपण सुटलो, असे घरच्यांना वाटत होते, इतकी ही व्यसनात बुडाली होती. त्यांच्या पश्चात त्यांची मुले-बाळे रस्त्यावर आली. हे सगळे तिशीच्या आतमधले होते." आम्ही त्या दारू पिऊन मेलेल्या काही लोकांच्या घरी गेलो, तेव्हा त्यांची लहान लहान मुले, सुखाचा कसलाही लवलेश नसणारे आई-बाबा, ज्यांच्या चेहऱ्याकडे पाहण्याची हिंमत होत नव्हती. घरात फोडणीसाठी तेल नव्हते, पण त्या मृत पावलेल्या व्यक्तीच्या फोटोसमोर तेलाचा दिवा मात्र सुरू होता.

मी सर्वांचा निरोप घेऊन परतीच्या दिशेने निघालो. तांड्यामध्ये प्रवेश करताना असणाऱ्या सेवालाल महाराजांच्या पुतळ्याजवळ मी गाडी थांबवली.

सेवालाल महाराजांच्या समोर मी नतमस्तक झालो. सेवालाल महाराज यांना मी हात जोडून म्हणालो, 'महाराज या सगळ्या माणसांची काळजी घ्या, बिचारी रोज मरतात, मारली जातात, वापरली जातात... यांच्या शेतात पिकू दे, त्या पिकलेल्याला भाव मिळू दे, यांच्या हाताला काम मिळू दे.'

मी रस्त्याने निघालो खरा, पण त्या तांड्यावरच्या व्यथेने माझे मन सुन्न झाले होते. ही परिस्थिती केवळ एका तोरणा तांड्याची नाही, तर महाराष्ट्रातल्या प्रत्येक तांड्यावरची आहे. ज्या तांड्यांनी माणुसकी, संस्कृती दोन्हीची जपणूक केली, ते तांडेच्या तांडे आज शहरांच्या गर्दीत जाऊन विलीन होत आहेत. त्या सर्व तांड्यांचा विकास होईल यासाठी तांड्यातले आणि तांड्याबाहेरचे, दोघांनी प्रयत्न केले पाहिजेत.

■

१४.

उसवलेले आयुष्य शिवताना...

मानवतचा कार्यक्रम आटोपून मी सोलापूरकडे निघालो. थोडे पुढे गेल्यावर एक छोटीशी वस्ती लागली. रस्त्याच्या कडेला खळखळ करत पाइपातून पाणी पडत होते. पाणी संत्र्याच्या बागेला जात होते. मी गाडी थांबवायला सांगितले. सूर्यनारायणाची तपस्या जोरकसपणे सुरू झाली होती. मी डोक्यावर रुमाल टाकला आणि त्या पाण्याच्या दिशेने निघालो. तिथे पडणारे पाणी मी ओंजळीत घेऊन सपसप तोंडावर मारले. ते गोड पाणी कितीही प्यायलो तरी मनाचे समाधान होत नव्हते. त्या संत्र्याच्या बागेला पाणी देणारे शेतकरी खांद्यावर फावडे घेऊन माझ्या दिशेने येत होते. माझ्या जवळ आल्यावर मी त्यांना म्हणालो, ''दादा तुमच्या विहिरीचे पाणी खूपच गोड आहे.'' त्यांनी हसत संत्री तोडत मला खायला दिली.

मी म्हणालो, ''या दिवसांत संत्री?''

ते शेतकरी म्हणाले, ''अजब संकरित बियाणं आहे. अनेक झाडं अशी आहेत, त्या झाडांना कधीही फळं येतात.''

मी मध्येच म्हणालो, ''झाले का पाणी देऊन?''

ते म्हणाले, ''नाही, पलीकडच्या कडेला दोन जनावरे मरून पडली. त्या जनावरांचे कातडं काढणारी मुले आलीत. ती कातडी काढताना खूप वास सुटला. म्हणून इकडे आलो.''

मी पुन्हा त्यांना विचारले, ''कुठली मुले आहेत ही?''

ते म्हणाले, ''आमच्याच गावातली आहेत.''

थोडे पुढे जाऊन मी पाहिले, तर दोन मुले दोन मेलेल्या जनावरांची कातडी काढत होती. मी बऱ्याच वेळाने पुन्हा त्या मुलांकडे पाहिले. त्यांचे कातडी काढणे आता झाले होते. ती कातडी बॅगांमध्ये भरून ते निघाले होते.

मी त्या शेतकऱ्यांचा निरोप घेत गाडीमध्ये बसलो. ते दोघे जण चालत जात काही अंतरावर गेले होते. मी त्यांच्याजवळ गेलो. गाडी थांबवली. बोलत-बोलत त्यांच्यासोबत चालायला लागलो. मी त्या दोघांनाही म्हणालो, ''ते शेतकरी तुमच्या दोघांचं खूप कौतुक करत होते.'' आमचे बोलणे सुरू झाले. वाटेने जात असताना त्या कातड्यांचा प्रचंड वास मला येत होता. त्यां दोघांना कदाचित त्या वासाची सवय असावी. मला तो वास प्रचंड सामाजिक विषमतेचा वाटत होता. कुठे ती टाय घालून फिरणारी शहरातली मुले आणि कुठे ही डोक्यावर कातडे घेऊन, पायात तुटकी चप्पल घालत नशिबाचा भाग म्हणून प्रचंड कष्ट करणारी मुले! किती सामाजिक तफावत ही! आम्ही त्या वस्तीमध्ये पोहचलो. माझी गाडी मागून येत होती. ''पाणी मिळेल का प्यायला?'' असे मी त्या दोघांना विचारले. दोघांनीही एकमेकांच्या चेहऱ्याकडे पाहिले. माझ्या लक्षात आले, त्या दोघांना मला त्यांच्या घरी न्यायचे नव्हते. ''चला, तुमच्या घरीच पाणी पिऊ,'' म्हणत मी त्यांच्या खांद्यावर हात टाकला. वस्तीच्या कडेला लाकडांच्या भिंती असलेल्या छोट्याशा त्या घराची त्या मुलांनी कडी वाजवली. एका आजोबांनी दरवाजा उघडला. ते माझ्याकडे निरखून बघत होते.

माझ्यासोबत असणारा मुलगा त्या आजोबांना म्हणाला, ''मुंबईचे साहेब आहेत, पाणी प्यायला घरी आलेत.'' आजोबांना आनंद झाला. आम्ही घरात बसलो. घरात एक लक्ष्मीचा फोटो होता. जशी थोडी वाऱ्याची झुळूक येत होती, तसा तो फोटो जोराने हलायचा. अण्णा भाऊ साठेंच्या फोटोंवर पाण्याचे डागच डाग पडले होते. ते दोन्ही फोटो मला आर्थिक आणि सामाजिक जाणीव करून देत होते. त्या घरात असलेल्या माठातले पाणी पिऊन मला मनापासून समाधान वाटले. त्यांच्यासोबत माझ्या गप्पा सुरू झाल्या. त्या गप्पांमधून त्यांचे आयुष्य, ते करत असलेले काम माझ्यासमोर आले. मी ज्या मुलांशी बोलत होतो, ते रुखमाजी आणि भिवाजी. दोघेजण सख्खे भाऊ. त्या दोघांच्या आजोबांचे नाव केरा मरे. रुखमाजी आणि भिवाजी लहान असतानाच त्यांची आई साप चावल्याने वारली. वडील आजारी होते, त्या आजारात ते वारले. आजोबांनी या दोन्ही

मुलांचा सांभाळ केला. परंपरेने चालत आलेले कातडे काढायचे काम. लोकांच्या घरी जाऊन अन्न मागायचे, त्यावर आपला आणि आपल्या कुटुंबाचा उदरनिर्वाह चालवायचा, हे काम ही दोन्ही मुले करतात. रुख्माजी आता अकरावीला आहे, भिवाजी बी.ए. प्रथम वर्षाला शिकतोय. आसपासच्या अनेक गावांमध्ये जनावर मेल्यावर यांच्याकडे निरोप येतो. मग हे त्या गावात जातात, त्या जनावराला गावापासून दूर आणतात, तिथे त्याचे कातडे काढतात. कातडे काढल्यावर त्यावर मिठाचे पाणी टाकायचे, ओल्या बाभळीची साल काढून त्या कातड्यावर घासायची, बाभळीच्या शेंगांचे कूट तयार करायचे, त्याचा लेप त्या कातड्यावर लावायचा, त्यातून त्या कातड्याचा रंग तांबूस होतो. त्या कातड्याला वाळवायचे आणि बाजारात नेऊन ते विकायचे. त्यापासून ढोलकी, मृदंग, चपला, जोडे तयार होतात.

त्या छोट्याशा घरामध्ये इतर वस्तू कमी आणि वाळवत ठेवलेली कातडी जास्त दिसत होती. मी त्या आजोबांना म्हणालो, ''तुम्ही काय व्यवसाय करायचात?''

आजोबा म्हणाले, ''माझ्या आजोबांपासून आमच्या खानदानीमध्ये कातडी काढण्याचा व्यवसाय आहे. माझ्या मुलाने तेच केले, आता नातूही तेच करत आहेत. आता हा व्यवसाय जवळजवळ बंद झालाय. आमच्या आसपास कोणी कातडी काढणारे नाहीतच. म्हणून माझ्या नातवांना महिन्यातून चार ठिकाणी तरी बोलावणे येते. आता जनावरे कापण्यासाठी थेट मशिनचा वापर होतो. श्रद्धा आहे, म्हणून लोक जनावरे शेतामध्ये पुरतात. जेसीबीच्या माध्यमातून खड्डा खोदायचा, जनावराला त्यामध्ये टाकायचे. ज्या कातड्यावर अनेकांच्या पोटाची खळगी भरते, ते गणितच कुणाला माहीत नाही. आत्ताची पिढी तर सोडून द्या. मी पिकले पान आहे, केव्हाही गळून पडेन म्हणूनच माझे नातू माझ्याजवळ आहेत, त्यांनाही आता शहराकडे जाण्याचे वेध लागले आहेत.''

मी आजोबांना मध्येच म्हणालो, ''तुमच्या नातवांचे बरोबर आहे. कशाला हे प्रतिष्ठा नसलेले काम करायचे?'' आजोबा हसले आणि म्हणाले, ''अहो, आपली संस्कृती आहे. हे काम आपण नाही करायचे तर कोणी करायचे? धर्म, परंपरा, कामाची विभागणी कशाला केली गेली होती? काय होता तो जमाना, गावातला कर्ताधर्ता माणूस, श्रीमंत असणारा माणूस, पाटील, देशमुख असणारा माणूस, गावातल्या प्रत्येक गरिबाची काळजी घ्यायचा. आता कुठे उरलेय ते

माणूसपण?'' आजोबा एकेक करून त्यांच्या काळामधील अनेक माणुसकीचे किस्से मला सांगत होते. नातवांना आजोबांचे ऐकण्यामध्ये रुची नव्हती, हे मला जाणवत होते. आजोबा म्हणाले, '''बलुते' संपले, 'यसकरकी' संपली. आपल्या गावातल्या छोट्या छोट्या माणसांची कदर करत त्यांची जपणूक करणे संपले. थोडी शिल्लक असलेली माणुसकी कधी संपू नये, एवढेच मागणे निसर्गाकडे आहे.''

आमचे बोलणे सुरू असताना मध्येच दरवाजा वाजतो. दरवाजा उघडल्यावर समोर असणाऱ्या मुलांकडे बघून आजोबांचा चेहरा एकदम संतापाने लाल होतो. ''आले का परत? चालते व्हा इथून,'' असे म्हणत आजोबा त्या मुलांवर चिडतात. ती मुले निघून जातात. मी त्या आजोबांना विचारले, ''कोण होती ती मुले?''

आजोबा म्हणाले, ''काम धंदा करत नाहीत. आई-वडिलांनी खूप कमावून ठेवलेय, त्यांच्या जिवावर उड्या मारतात. 'झुंड'च्या 'झुंड'ने एकत्रित येतात. रस्त्याने जाणाऱ्या माणसांना अडवायचे, वर्गणी गोळा करायची. त्या वर्गणीच्या पैशांतून दारू ढोसायची.'' आजोबांचा संताप बघून दोन्ही नातू एकदम शांत होते.

आजोबा म्हणतात ते खरे होते. रबरामुळे कातडी कमावणाऱ्या कष्टकऱ्यांची जमात संपुष्टात आली. 'लीडकॉम'वर सहकाराची सावली पडली. 'लीडकॉम'मुळे कातड्याला मिळणारी थोडीशी 'झळाळी' कोळशासारखी होऊन बसली.

ते दोन्ही नातू मला सांगत होते, ''आमच्याकडे हे काम करताना दर्जाहीन म्हणून बघितले जाते. आम्हाला मित्र नाहीत. आमच्याशी कॉलेजमध्ये कोणी फारसे बोलत नाही. आम्ही जे काम करतो, त्या कामातून तयार झालेल्या कातड्याला चांगला भाव मिळेल, असे अजिबात नाही.'' त्या दोघांची आपल्या कामाप्रती तळमळ, आपल्या आजोबांवर असलेले त्यांचे प्रेम, शिक्षणाप्रती असलेली रुची मला कमालीची जाणवत होती. ''आमच्या आजोबांनी आम्हाला शिकवले, आपले काम अभिमानाने करायचे.''

मी त्या दोघांच्याही वह्या पाहत होतो. सुंदर अक्षर. सगळ्या विषयांत चांगले मार्क. या दोघांचे आयुष्य म्हणजे, एकीकडे मेलेल्या जनावराचे कातडे काढायचे आणि दुसरीकडे आपले उसवलेले आयुष्य सतत शिवत राहायचे असे होते. मी त्या तिघांचाही निरोप घेऊन माझ्या गाडीच्या दिशेने निघालो. ती दोन्ही मुले माझ्यासोबत होती. मी दोघांच्याही खांद्यावर हात टाकला. गावात असणारी

माणसे त्या दोघांच्या चेहऱ्याकडे आश्चर्याने बघत होती. मी विचारांमध्ये दंग होतो आणि ते दोघेही अभिमानाने छाती पुढे काढून चालत होते. त्या दोघांनाही मी घट्ट मिठी मारून त्यांच्या कष्टाचा सुगंध माझ्या मनाला लावून घेतला. मी तिथून निघालो. एक, आपल्या आजोबांचा चालत आलेला व्यवसाय करायचा आहे. दुसरे, पोटाची खळगी भरायची. उराशी अजून खूप स्वप्ने आहेत, त्या स्वप्नांना फुलवायचे. अशा सगळ्या परिस्थितीमध्ये ही दोन मुले धडपड करत होती. आजोबा आजोबांच्या ठिकाणी होते आणि नातू नातवांच्या ठिकाणी होते. त्या तिघांच्या वाटा वेगळ्या होत्या; पण विचार मात्र एकच होता. तो विचार म्हणजे माणुसकीचा, स्वाभिमानाचा, सन्मानाचा. दारिद्र्याची ठिगळे खूप होती. एखाद्या जनावराचे सोडा, कपाळाचे कातडे लावले तरी दारिद्र्य कधीही झाकणारे नव्हते; मात्र त्यांनी प्रयत्न आणि परंपरा सोडली नव्हती.

■

१५.

आयुष्याची 'पंचायत'

मी पुण्याचे कार्यालयीन काम आटोपून लातूरला निघालो. पुणे ते लातूर गाठेपर्यंत विलासराव देशमुख आणि गोपीनाथ मुंडे यांनी केलेल्या विकासकामांच्या पाऊलखुणा जागोजागी दिसत होत्या. मी लातूरला पोहचलो. दुपारच्या जेवणाचा बेत रामेश्वर धुमाळ यांच्या घरी होता. मी जाण्याच्या अगोदर सुप्रिया धुमाळ वहिनींनी जेवणाची सर्व व्यवस्था केली होती. सुनील फुलारी, सचिन सूर्यवंशी हे सर्व जण माझी वाट पाहत होते.

जेवण तयार झाले, भूकही लागली होती; मात्र जेवायला कोणी बसेना. शेवटी मी वैतागून धुमाळ यांना विचारले, "काय झाले, आपण का जेवत नाहीत." त्यावर धुमाळ म्हणाले, "माझे मित्र दयानंद एरंडे येत आहेत, आम्ही त्यांची वाट पाहतोय." मी "ठीक" म्हणत, आम्ही त्यांची वाट पाहत बसलो. पण एरंडे काही येईनात. शेवटी कंटाळून धुमाळ यांनी एरंडे यांना फोन केला, ''आम्ही जेवतो" म्हणत, आम्ही जेवायला बसलो. धुमाळ यांचे जेवणात काही मन लागेना. अडीच वाजले तरी आपला मित्र एरंडे उपाशी आहेत, याचे त्यांना वाईट वाटत असावे. आमचे जेवण उरकल्यावर तासाभराने एरंडे आले.

धुमाळ यांनी एरंडे यांना आपल्या लातुरी टोनमध्ये विचारले, ''काय एरंडे अण्णा, असे कुठे असते काय? किती वाट पाहू लालाव."

अतिशय गंभीर स्वरात एरंडे म्हणाले, "काय करावे कोण्याजन्माचे पाप होते आणि मी ग्रामपंचायत कर्मचारी म्हणून काम करतोय. एक काम झाले की

दुसरे लगेच असते." एरंडे बोलतांना धुमाळ वहिनीनी एरंडे यांच्यासमोर ताट आणून ठेवले.

एरंडे यांचे 'भरपेट' जेवण झाले, पण त्याचा आनंद त्यांच्या चेहऱ्यावर दिसत नव्हता. धुमाळ यांनी एरंडे यांची मला ओळख करून दिली. धुमाळ मला म्हणाले, "हे दयानंद एरंडे आमच्या पाखरसावंगी गावच्या ग्रामपंचायतमध्ये लिपिक आहेत, लिपिकशिवाय गावातली शासकीय कामे त्यांना करावी लागतात. आम्ही ते रोज पाहतोय."

मी म्हणालो, "एरंडे आम्ही तुमची खूप वाट पहिली, धुमाळ सर तुमच्यावर खूप प्रेम करतात." मी एरंडे यांना खूप खुलवण्याचा प्रयत्न करीत होतो, पण ते खुलत नव्हते. धुमाळ म्हणाले, "काय एरंडे अण्णा तुम्हीपण ना, सोडा आता, आपण काही तरी मार्ग काढू." दोघेही कोड्यात बोलत होते. मी म्हणालो, "नेमकी आडचण काय आहे. तुम्ही दोघे कोड्यात का बोलताय?" धुमाळ हळूच म्हणाले, "सर यांची मोठी अडचण आहे हो. कमी पगार, त्यात काम पूर्ण नाही झाले म्हणून पगार कापला जातो. मोठं कुटुंब, महागाई या सगळ्यावर मात करण्यासाठी काढलेले कर्ज आणि त्यातून आयुष्याला झालेला सत्यानाश काय काय सांगावे असे आहे." धुमाळ आणि एरंडे दोघे मिळून मला सांगत होते आणि मी ऐकत होतो.

दयानंद एरंडे हे ग्रामपंचायत कर्मचारी आहेत. त्यांना सात हजार पगार आहे, पण ते सात हजार रुपये त्यांनी वसुलीचे काम जसे केले तसे त्यांना मिळतात. पदवीपर्यंत शिक्षण, उत्तम जनसंपर्क आणि आपल्या कामाप्रती प्रामाणिकपणा असूनही दोन वेळचे पोट भरायला एरंडे यांना मोठा संघर्ष करावा लागतोय. नोकरी सोडून दुसरे काम ते करू शकत नाहीत? कारण वेतनश्रेणी लागू करण्यासाठी शासनाने आदेश काढले, त्याची त्यांना मोठी अशा आहे; पण त्याची अंमलबजावणी अनेक वर्षांपासून जाग्यावरच आहे.

शासनाच्या जाचक अटी आणि दुर्लक्षामुळे केवळ एक एरंडे नाही, तर राज्यात सत्तावीस हजार नऊशे वीस ग्रामपंचायतींमध्ये साठ हजार कर्मचारी यांचा हा गंभीर विषय आहे. आपल्याकडे असे अनेक घटक आहेत जे एका 'जीआर' नावाच्या कागदाचे 'मोहताज' आहेत. 'जीआर'ही निघाला पण त्याची अंमलबजावणी काही होईना. ज्यामुळे हजारो कुटुंबांच्या घरी ना दिवाळी साजरी होते ना दसरा, ईद.

मी एरंडे यांना बोलताना मध्येच म्हणालो, "तुम्ही संघटन उभे करून याविरोधात आवाज उठवला नाही का?" एरंडे म्हणाले, "आमची महाराष्ट्र राज्य ग्रामपंचायत कर्मचारी युनियन आहे. त्या माध्यमातून आम्ही मोर्चे काढले, आंदोलने केली, पण त्याचा काही फायदा झाला नाही. ग्रामपंचायतीमध्ये काम करणारे दिवाबत्ती कर्मचारी, लिपिक, पाणीपुरवठा कर्मचारी, शिपाई या चार स्वरूपाचे काम असते. अनेक ठिकाणी माणसांची कमतरता असल्यामुळे हे काम एकाच व्यक्तीला करावे लागते."

धुमाळ मध्येच म्हणाले, "अहो, दोन वेळच्या जेवणासाठी किती वेळा कर्ज काढायचे? कुणाकुणाकडे मुलांच्या पालनपोषणासाठी हात पुढे करायचा?"

आम्ही सर्व जण बोलत बोलत घराच्या बाहेर पडून पाखरसावंगी ग्रामपंचायतीमध्ये पोहचलो. एखादे खासगी काम चालले, एवढ्या छान स्वरूपाची ठेवण त्या कार्यालयात होती. एरंडे यांनी आम्हाला कामाची सर्व पद्धत समजून सांगितली. आम्ही पुन्हा गावात फेरफटका मारायला निघालो. महेश चव्हाण नावाचे पाणीपुरवठा करणारे कर्मचारी आम्हाला भेटले. त्यांच्याशी गप्पा झाल्यावर या कर्मचाऱ्यांची जगण्यासाठी किती धडपड सुरू आहे, हे जाणवत होते. त्यांचा पगार आणि आर्थिक अवस्था त्यांनी सांगितली. मी आग्रह करून एरंडे यांच्या घरी गेलो. शासनाच्या आशीर्वादाने गरिबीचा शाप असलेल्या या घरात एरंडे यांची सार्थक आणि समर्थ नावाची दोन मुले गरिबीला छेद देण्यासाठी पाटीला लेखणीने टोचण्या मारत होती. मुलाशिवाय काठीचा आधार घेत एरंडे यांच्या आई सुमनबाई आम्ही कोण आहेत, याची एरंडे यांच्याकडे चौकशी करत होत्या.

आम्ही सगळेच बोलत बसलो होतो. मी एरंडे यांचे काम, पगार, घर, याकडे विषय नेला आणि आई एकदम भावनिक होऊन बोलू लागल्या. आई म्हणाल्या, "बाबा किती वर्ष झाले तेल भरलेल्या दिव्याने दिवाळी साजरी केली नाही. हातपाय चालत होते तेव्हा दिवाळी केली होती साजरी. दर दिवाळीला दयानंदकडून एवढेच एकतो, पुढच्या दिवाळीला चांगला पगार येईल. माझ्या पोराने कपाळाचे कातडे करून आपल्या कामाला समर्पित केले. त्याचे चीज काही केल्या होईना." एरंडे यांच्या पत्नी सोनाबाई या चहा घेऊन आल्या. आमच्या सर्वांकडे त्यांनी एक नजर फिरवली आणि त्या आतमध्ये गेल्या. त्यांना आपल्या अडचणीवर खूप बोलायचे होते, त्या एक नजरेत सर्व काही बोलून गेल्या. आईंचे

सतत खोकणे, मुलांची फुटलेली पाटी, चहाच्या कपाला धरण्याचा नसलेला दांडा आणि एरंडे वाहिनी यांच्या रंगीत साडीचा पांढरा पडलेला रंग गरिबीच्या सर्व परिभाषा व्यक्त करीत होता. याला जबाबदार कोण, हा प्रश्न होताच; शिवाय हे किती दिवस चालणार, हा प्रश्नदेखील होता.

एरंडे यांच्या कुटुंबियांची भेट घेतल्यावर आमच्या चेहऱ्यावरचा नूर उतरून गेला होता. एकमेकांना बोलण्याची इच्छाही उरली नव्हती. एकट्या एरंडे यांची ही परिस्थिती नव्हती; तर राज्यातल्या साठ हजार कुटुंबांचा हा प्रश्न होता. दुसऱ्याच्या घरात पाणी, दुसऱ्यांचा रस्ता दाखवावयासाठी घराला आपल्या जीवाचे रान करणाऱ्या या सर्व कर्मचारी यांच्या जीवनात मात्र अंधार पसरला होता. एकीकडे मनपाच्या कर्मचाऱ्याचा पन्नास हजाराच्या घरात पगार आणि दुसरीकडे ग्रामपंचायतीचा कर्मचारी पाच हजार पगारासाठी मोहताज, कसा हा विरोधाभास?

एरंडे यांच्या घरातून बाहेर पडताना एरंडे यांच्या मुलांनी पाटीवर घराचे चित्र काढले होते. ती पाटी हातात घेऊन मी एरंडे यांच्या मुलाला विचारले, "कोणाच्या घराचे चित्र आहे हे," तो म्हणाला, "माझ्या घराचे. माझ्या मित्राचे खूप मोठे घर आहे. मलाही तसे घर बांधायचे." आम्ही सर्व जण हळू हसत बाहेर निघालो. ते चित्र गरिबीचा निषेध नोंदवणारे सर्वांत मोठे पेंटिंग होते. नोकरीतसुद्धा शहरी आणि गरिबीचा विरोधाभास किती मोठा आहे, त्यासाठी सर्व घटक कसे जबाबदार आहेत, हे एरंडेसारखी एक केस अभ्यासल्यावर लक्षात येते नाही का?

■

१६.

उपेक्षितांचं जगणं..!

मी त्यादिवशी कोल्हापूरहून निघालो. निघताना कऱ्हाडचे आमचे बातमीदार, माझे सहकारी सचिन शिंदे यांचा मला फोन आला. म्हणाले, ''संदीप, तुम्ही या वेळी कऱ्हाडला थांबून आमचा पाहुणचार घ्यायचा आहे, मला बाकी काही सांगू नका.'' सचिन यांचा आग्रह मला या वेळी टाळता येणार नव्हता, हे मला माहीत होते. कऱ्हाडमध्ये कुठे भेटायचे हा निरोप सचिन यांनी मला फोनवरून दिला होता. कोल्हापूरहून सुरू झालेला प्रवास कऱ्हाडच्या कोल्हापूर नाक्याजवळ येऊन थांबला. सचिन माझी वाट पाहत होते. आमची भेट झाली. बाजूला असलेल्या एका लस्सीच्या छोट्या दुकानाजवळ आम्ही बसलो. खूप गप्पा झाल्या. आमच्या गप्पा रंगल्या असताना माझ्या कानांवर पहाडी आवाज पडला. मी पहिल्यांदा दुर्लक्ष केले; पण तरीही पुनःपुन्हा त्या गाण्याकडे माझे लक्ष जात होते.

माझे सहकारी सचिन यांना मी विचारले, ''कोण आहेत हे गाणारे?'' सचिन म्हणाले, ''शाहीर लोखंडे आहेत. लोखंडे परिवर्तनाच्या विचारांचे गाणे खूप तल्लीन होऊन गातात. कविता, गाणे ते स्वतः लिहितात. अनेक ठिकाणी कार्यक्रम करून आयुष्यभर या माणसाने समाजप्रबोधनाचे काम केले.'' सचिन मला त्या लोखंडे शाहिरांना घेऊन एक एक विषय सांगत होते. माझ्या कानांवर एकीकडे सचिन यांचे बोलणे पडत होते, तर दुसरीकडे शाहिरांच्या गाण्याच्या आवाजाने अंगावर शहारे येत होते.

भीमा तुझ्या रक्ताचे घोडे हुशार झाले...
तोडून दावणीला सारे पसार झाले...

सचिन यांना म्हणालो, ''चला आपण त्या शाहिरांची भेट घेऊ.'' सचिन पुढे आणि मी मागे निघालो. बाकी लोक जसे तिथे जाऊन शाहिरी ऐकत होते, तसे मी आणि माझा सहकारी तिथे जाऊन गाणे ऐकायला पाठीमागे जाऊन थांबलो. कोणी म्हणत होते, ''बाबासाहेबांचं गाणं म्हणा.'' कोणी म्हणत होते, ''शिवाजी महाराजांचा पोवाडा म्हणा.'' आपल्या पहाडी आवाजात कधी न ऐकलेली दर्जेदार विचारांची गाणी म्हणून ते शाहीर समोरच्यांची मने जिंकत होते.

शाहिरांची मैफल संपली. एकेक करून लोक पांगायला लागले. सचिन यांनी माझी आणि त्या शाहिरांची ओळख करून दिली. शाहिरांची गाणी, ओळख, त्यांचे बालपण, त्यांनी लिहिलेली सगळी गाणी, कविता, कथा... लोककलेच्या माध्यमातून समाजप्रबोधनाचे काम करणारा प्रत्येक माणूस शेवटी उपेक्षितच राहतो, त्याच्या आयुष्यामध्ये उपेक्षिताचे जगणे वाढून ठेवलेले असते. तसेच शाहीर लोखंडे यांच्याविषयी झाले होते. 'त्याही' सगळ्या वातावरणामध्ये ते शाहीर भरभरून जगत होते, हे महत्त्वाचे होते. प्रचंड संकटे आली, वेगळी वादळे आली, त्या सगळ्या संकटांना तोंड देत शाहीर लोखंडे यांनी आपले समाजप्रबोधनाचे काम अविरतपणे सुरूच ठेवले होते. शाहिरांशी बोलताना माझ्या अंगावर काटा येत होता.

समाजपरिवर्तनाच्या चळवळीमध्ये शाहीर लोखंडे यांचा प्रवास कमालीचा होता. कधी गाण्यांच्या मैफिलीमध्ये मिळणाऱ्या प्रतिसादावरून लोककला आजही लोकांना किती हवीहवीशी वाटते, याचे दाखले माझ्यासमोर येत होते. शाहीर सांगत होते, मी ऐकत होतो. माझ्या बाजूला बसलेले सचिन शिंदे आमच्या दोघांचे अगदी शांतपणे ऐकून घेत होते.

मी ज्या शाहिरांशी बोलत होतो, त्यांचे नाव थळेंद्र रामचंद्र लोखंडे. गावाचे नाव मनव, तालुका कऱ्हाड. वयाच्या सातव्या वर्षी शाहीर लोखंडे यांच्या वडिलांनी त्यांना गाणे म्हणायला शिकवले. शाहीर लोखंडे मला सांगत होते, ''१९८९ चा तो काळ. माझे मित्र अनिल थोरात यांच्या सान्निध्यात राहून मी गाणे लिहायला शिकलो. समाजप्रबोधनाची गाणी लिहीत जायची. त्या गाण्यांच्या माध्यमातून एकीकडे मनोरंजन आणि दुसरीकडे त्या मनोरंजनामधून सामाजिक परिवर्तन असे मी लिहीत गेलो. वामनदादा कर्डक यांच्यासारखे अनेक जण माझा

आदर्श होते. 'कवन बरसात' हा माझा कार्यक्रम सगळीकडे प्रसिद्ध होता. अवघ्या राज्यभरात मी या कार्यक्रमाच्या माध्यमातून पोहोचलो. खरी कविता अनुभवांमधून येते. खरे गाणे अनुभवातून सुरांच्या ध्वनीतून रक्ताच्या धमन्यांमध्ये जाते. माझेही तसेच होते. माझे वडील शिक्षक होते, ते दारूच्या प्रचंड आहारी गेले होते. बापाला तुम्ही दारू का पिता, हे विचारायची मी हिंमत केली नाही; पण जे जे दारूच्या आहारी गेले, त्यांना मी बोलते केले, त्यातून मला माझा बाप दारू का प्यायचा हे कळाले. ते शब्दांमध्ये मांडले होते -

भूतकाळाची गर्दी जेव्हा मेंदूमध्ये दाटते,
मास्तर त्याच वेळी बघा मला दारू प्यावी वाटते...
म्हणणं तुमचं मास्तर सगळे मला पटतं,
काय करायचे पटून आज पोट माझं थकतं,
या थकलेल्या पोटासाठी झटताना माझी शक्ती जेव्हा संपते,
मास्तर त्याच वेळी बघा मला दारू प्यावी वाटते...''

शाहिरांच्या शब्दांमध्ये कमालीचा 'बाज' होता. इतके सगळे लिखाण केले. महाराष्ट्राच्या कानाकोपऱ्यांत कार्यक्रम केले. आता उतारवयात उदरनिर्वाहासाठी शाहीर लोखंडे एका छोट्याशा लॉजवर रात्रपाळीला काम करतात.

मी शाहिरांना विचारले, ''तुम्हाला सर्वाधिक आवडणारी व्यक्ती कोण?''

शाहीर म्हणाले, ''मला व्यक्ती नाही, प्राणी आवडतात. लहानपणी आमच्या घरी एक बैल होता, त्याचे नाव मी पंजाब ठेवले होते. काही कारणास्तव तो बैल मेला, तेव्हा आम्हा सगळ्यांना दुःख झाले. आजही माझ्या घरामध्ये एक बैल आणि एक कुत्रा आहे. बैलाचे नाव सुलतान आहे. राजू मुळे या माझ्या मित्राने कंदी पेढे वाटून त्या बैलाचे नाव सुलतान ठेवले. अशोकराव थोरात नावाच्या एका व्यक्तीने हा बैल एक जाहीर कार्यक्रम घेऊन मला दान केला. दुसऱ्या एका मित्राचा बैल आणि माझा बैल असे दोन्ही बैल घेऊन मी माझी कोरडवाहू असलेली दीड एकर जमीन कसतो. मी गावातून कामाच्या निमित्ताने शहरात येतो, तेव्हा माझ्या बायकोचा साथीदार म्हणून तो बैल माझ्या घराच्या ओसरीवर बांधलेला असतो.''

मधल्या काळात शाहीर लोखंडे यांचा मोठा अपघात झाला. त्या अपघातात त्यांच्या पायाचा पंजा पूर्णपणे निकामी झाला. काही मित्रांनी पैसे एकत्रित करून शाहीर यांच्यावर इलाज केला, त्यानंतरही ते डगमगले नाहीत. शाहिरांच्या

बोलण्यामध्ये, त्यांच्या वागण्यामध्ये कमालीचा करारीपणा स्पष्टपणे जाणवत होता. त्यांच्या स्पष्टपणामुळे कदाचित त्यांच्या वाट्याला दारिद्र्य आले असेल.

आपल्या लेखणीच्या, कार्यक्रमांच्या माध्यमातून समाजामध्ये चाललेला दांभिकपणा सातत्याने खोडून काढण्याचे काम आयुष्यभर शाहीर लोखंडे यांनी केले. शाहीर लोखंडे राहत असलेल्या 'मनव' या गावात आम्ही गेलो. आम्ही घरी येताच बैल जोरजोराने ओरडत होता.

''आलो रे बाबा, आलो रे बाबा'' असे म्हणत शाहीर लोखंडे त्या बैलाच्या पाठीवरून हात फिरवत होते. तो बैलही जिभेने शाहिरांच्या हाताला चाटत होता. महात्मा फुले, राजर्षी शाहू महाराज, डॉ. बाबासाहेब आंबेडकर यांचे फोटो घरामध्ये लावले होते. दोन-तीन पिशव्या शाहीर लोखंडेंच्या हस्ताक्षरांत लिहिलेल्या गाणी, कवितांनी भरलेल्या होत्या. जुने फोटो, अनेक कार्यक्रम. शाहीर लोखंडेंना कदाचित कुणी मोठी संधी दिली नसावी. कदाचित शाहीर लोखंडे यांनासुद्धा मिरवणे आवडत नसावे. फुशारक्या मारणे, सत्कार स्वीकारणे, कुठल्यातरी संमेलनाचा अध्यक्ष होणे, हे शाहिरांना आवडत नसावे म्हणूनच कदाचित त्यांच्याजवळ असलेले इतके मोठे ज्ञानाचे भांडार आज दारिद्र्य आणि दुर्लक्षतेच्या वातावरणात पिशवीमध्ये कुजून जात आहे. त्यांच्या डोळ्यांमध्ये असलेले अश्रू वेदना मांडून मांडून केव्हाच संपून गेले होते. आईची आठवण काढा, मेलेल्या बैलाची आठवण काढा, वडिलांची आठवण काढा, भोगलेल्या यातना डोळ्यांसमोर आणा... शाहीर अगदी स्वाभिमानाने, 'तो एक काळ होता' असे म्हणून, मी विचारलेल्या नाजूक प्रश्नाचे उत्तर सहजपणे देत होते. 'माझी परिस्थिती फार वाईट होती', असे ते कधीही बोलले नाहीत. त्यांची सातत्याने एकच खंत होती ती म्हणजे, ''माझ्याकडे असलेल्या शब्दरूपी हिरे-मोत्यांना माणुसकीचे मार्केट मिळाले नाही. माझ्याकडे येऊन अनेकांनी या हिरे-मोत्यांचे संदर्भ वापरले, कुणी माझेच आहे म्हणून वापरले. मी कधीही माझ्या शब्दांना, आवाजाला स्वतःची प्रॉपर्टी समजले नाही.''

आम्हाला ते सगळे साहित्य दाखवत दाखवत शाहीर लोखंडे त्यांच्या आईविषयी आम्हाला सांगत होते, ''माझी जन्म देणारी आई वेगळी होती, मला वाढवणारी आई वेगळी होती. बरे ह्या दोघीही सख्ख्या बहिणी होत्या. तागूबाई ही माझी जन्म देणारी आई. मी अडीच वर्षांचा असताना माझी आई मरण पावली. माझ्या वडिलांनी माझ्या मावशीला, माझ्या आजोबांना विनंती करून दुसरी

बायको करून घेतले होते.'' शाहीर लोखंडे यांचा मुलगा स्वास्तिक बोलताना म्हणाला की, ''माझ्या वडिलांनी मला संपत्तीच्या रूपाने काहीही मागे ठेवले नाही, किंवा कमावलेले नाहीये; पण त्यांचे शब्दरूपी भांडार, त्यांचे नाव माझ्या आयुष्यासाठी सगळ्यात मोठी देण आहे.'' आम्हाला घरात वेगवेगळे साहित्य, फोटो दाखवताना शाहीर लोखंडे काहीतरी गुणगुणत होते. मी त्यांना म्हणालो, ''जरा मोठ्या आवाजात म्हणा की.'' लाजतील ते शाहीर कसले.

उद्धवदादा बकऱ्या वाटून दुष्काळ हाटेल का?
रेल्वेसारखे वेगळे बजेट सांगा, शेतीसाठी फुटेल का?
शिवशाहीचा मूळ पाया मेंदूत माझ्या घोळतो आहे,
जमेल तसं ऐकून घ्या, आता खरा महाराष्ट्र बोलतो आहे...

शाहीर लोखंडे सुरात म्हणत होते. गाणे शब्दबद्ध करायची, लिहायची कला शाहीर लोखंडेंना मिळाली होती. शाहिरांची पत्नी मात्र नाराज होणे अगदी स्वाभाविक होते. शाहीर मात्र एकदम राजेशाही थाटात, 'मला समाज सुधारायचा आहे, समाजामध्ये परिवर्तन होणार आहे' या भावामध्ये आणि तंद्रीमध्येच बोलत होते.

आम्ही तिथून निघालो. मला माहीत नव्हते, त्या शाहिरांच्या मोत्यासारख्या विचारांचे काय होणार आहे. मला एवढे मात्र दिसत होते की, शाहीर यांनी आत्तापर्यंत या सगळ्या प्रवासामध्ये जे काही केलेय, जे काही करण्याचा प्रयत्न केलाय, त्यातून निश्चितच समाज सुधारण्याचे काम झाले. शाहीर उपेक्षित राहिले, शाहीर कुणाच्याही दृष्टीस आले नाहीत; पण ज्यांना ज्यांना शाहीर भेटले, ज्यांनी ज्यांनी शाहिरीच्या माध्यमातून काही चांगले ऐकले, त्या प्रत्येकाच्या मनात शाहीर आहेत. त्या प्रत्येकाच्या हृदयामध्ये आपल्या शब्दांच्या माध्यमातून लोकशाही फुलवण्याचे काम, लोकांना जागे करण्याचे काम शाहीर लोखंडे यांनी केले. ज्या लोकांना सामाजिक प्रश्नांमध्ये जगण्याचे बळ शाहिरांनी दिले. समाजाने मात्र वेळीच अशा लोकांच्या पाठीशी खंबीर उभे राहण्याची गरज आहे, हे निश्चित!

■

१७.

खोटा सिक्का

मुंबईतल्या 'छत्रपती शिवाजीमहाराज वस्तुसंग्रहालया'च्या अगदी समोरच चित्रकार डॉ. नरेंद्र बोरलेपवार यांची मी एका शोसाठी मुलाखत घेत होतो. मुलाखत झाली. वस्तुसंग्रहालयाच्या अगदी गेटसमोर एक आजी नाना प्रकारची देशी-विदेशी नाणी विकत होत्या. आजींच्या शेजारी एक मुलगा काहीतरी लिहीत बसला होता. मी आजींशी बोलण्यासाठी त्यांच्याकडे गेलो. नाण्यांच्या दराची चौकशी केल्यावर मी त्यांना विचारले, ''आजी, एवढी नाणी तुम्ही गोळा कशी केलीत?''

''माझ्या यजमानांना नाणी गोळा करायचा छंद होता, त्यातून ही नाणी जमा झाली,'' आजी म्हणाल्या.

''आता यजमान कुठे आहेत?'' मी विचारले.

''अर्धांगवाताने अंथरुणाला खिळलेत,'' आजी म्हणाल्या.

''नाणी विकून किती पैसे मिळाले आज?''

''तीस रुपये.''

आजींशी गप्पा सुरू होत्या. या आजींचे नाव शमीन शब्बीर पावसकर. सतराव्या वर्षी आजी शब्बीर यांच्या प्रेमात पडल्या. शब्बीर तेव्हा मरीन ड्राइव्हवर पेरू विकत असत. आजींचे माहेरचे नाव गंगूबाई. शब्बीर हे मुस्लिम असल्यामुळे या लग्नाला विरोध होता. दोघांनी पळून जाऊन नोंदणी पद्धतीने लग्न केले. आजींनी दिलेल्या माहितीनुसार, वयाच्या साठीपर्यंत त्यांचा संसार चारचौघांप्रमाणे

झाला; पण साठीनंतर अपत्यांवर आलेले अनेक बिकट प्रसंग, गंभीर आजार यांचा सामना या जोडप्याला करावा लागला. आजींना घरी निघायला उशीर होत होता असे दिसले. लगबगीने नाण्यांची आवराआवर करत त्या बरोबरच्या मुलाला - नातू सिद्दिकी याला - म्हणाल्या, ''चल, अभी निकलेंगे बाबा के घर पे.''

''कुठे राहता तुम्ही?'' मी विचारले.

आजी म्हणाल्या, ''कफ परेडला बस डेपोच्या मागे असलेल्या भाड्याच्या झोपडीत.''

आजोबांना भेटण्यासाठी मी तुमच्या घरी येऊ का, असे मी आजींना विचारल्यावर त्यांना आश्चर्य वाटले.

''तुम्ही आणि आमच्या घरी? कशासाठी बरं?''

''तुम्ही कसे राहता, तुमचे रोजचे जीवन कसे आहे, हे मला जाणून घ्यायचे आहे म्हणून.''

आजी काहीच बोलल्या नाहीत.

त्यांनी नातवाचा हात धरला अन् त्या निघू लागल्या. दोन-चार पावले पुढे गेल्यावर आजींनी मागे वळून पाहिले. त्या मला त्यांच्याबरोबर यायला सुचवत होत्या, हे माझ्या लक्षात आले.

मी त्यांच्याबरोबर निघालो. घरी आलो.

दहा बाय दहाची पत्र्याची एक खोली. दरवाजाचा खडखड आवाज आल्यावर, आतमध्ये असणारे आजोबा उठून बसायचा प्रयत्न करत होते. एक महिला भाकरी करत होती. चुलीतली लाकडे ओली होती. त्या महिलेला चूल सारखी सारखी फुंकावी लागत होती आणि त्या महिलेच्या जिद्दीपायी त्या ओल्या लाकडांना जळावेच लागत होते!

मी बसलो. आजींनी सर्वांशी ओळख करून दिली.

भाकरी करणाऱ्या महिलेकडे हात दाखवत आजी म्हणाल्या, ''ही माझी मुलगी शहनाज. हा तिचा मुलगा सिद्दिकी. हा माझ्याबरोबर रोज येतो. मला दोन मुलगे आणि शहनाज ही मुलगी. पैकी एक मुलगा सिकंदर... सतत आजारी पडून मरण पावला. दुसरा मुलगा सलीम रोजीरोटीसाठी डहाणूला असतो. गेल्या पंधरा वर्षांपासून शहनाज माझ्याकडेच राहते. ती इतरांकडे घरकाम करते. तिच्या पैशावरच आमचे घर चालते. माझ्या नाणेविक्रीतून कधी तरी चार पैसे मिळतात. अशी आमची चूल पेटते.''

मी पुन्हा नाण्यांच्या विषयाकडे वळत आजींना विचारले, ''ही वेगवेगळ्या देशांतली इतकी नाणी तुम्ही गोळा कशी केलीत?''

आजी सांगू लागल्या, ''माझे यजमान गेट वे ऑफ इंडियावर येणाऱ्या-जाणाऱ्या लोकांचे सामान उचलायचे. ते सामान जहाजांमध्ये ठेवायचे. परदेशातून आलेली अनेक माणसे खूश होऊन त्यांना टिप म्हणून नाणी द्यायची. माझ्या यजमानांना त्या नाण्यांचे कौतुक वाटायचे. ती नाणी त्यांनी कधीही विकली नाहीत, कुणाला दिली नाहीत. मग त्यांना देशी-परदेशी नाणी गोळा करायचा छंद लागला. नंतर ते अर्धांगवाताने आजारी पडले. कर्ता माणूस अंथरुणाला खिळून बसला. दोन वेळचे जेवण मिळणे अवघड झाले. माझ्या यजमानांनी आयुष्यभर छंद म्हणून जोपासलेली ही लोखंडाची नाणी आता तशी कालबाह्य झालेली आहेत. ते 'खोटे सिक्के' मी विकायला काढले. अनेक जण त्यांचा छंद जपण्या-जोपासण्यासाठी ही नाणी विकत घेऊ लागले.''

बाजूला असलेल्या देवघराकडे माझे लक्ष गेले. तिथे हिंदू-मुस्लिम अशा दोन्ही धर्मांची चित्ररूप प्रतीके होती. घरात भाकरीचा खमंग वास सुटला होता. वाढलेले ताट शहनाज यांनी वडिलांसमोर ठेवले. त्या आजोबांनी लुळा हात माझ्या दिशेने दाखवण्याचा प्रयत्न केला. 'यांनाही जेवायला वाढा,' असे त्यांना म्हणायचे होते. आजींनी व शहनाज यांनी माझ्याकडे बघितले. मला विचारण्यात त्यांना संकोच वाटत असल्याचे माझ्या लक्षात आले. मग मीच म्हणालो, ''वाढा मलाही.''

भाकरी आणि गवारीच्या शेंगांची भाजी... किती चविष्ट होती, विचारू नका. जेवण झाल्यावर मी सिद्दिकीच्या वह्या पाहिल्या. त्याचे अक्षर मोत्यासारखे होते. मुंबई महानगरपालिकेच्या शाळा जबरदस्त आहेत, हे त्याच्या संस्कारातून दिसत होते. उद्या काय खायचे याची चिंता असतानाही त्या झोपडीतील माणसे समाधानी होती. अर्धांगवाताने चैतन्य गमावलेले आजोबांचे हात मी हातात घेतले. त्यांच्या हातांची थरथर क्षणार्धात थांबली. माझ्या स्पर्शाने त्यांच्या डोळ्यांत एकदम चमक आली.

आजी भावुक होऊन म्हणाल्या, ''कमावता, धीर देणारा माणूस अंथरुणाला खिळून बसला तर मेल्यासारखे होते हो! सगळे आयुष्य तसे आनंदात गेले. आता अचानक आलेल्या संकटामुळे मी कोसळून गेले...'' मुलगी शहनाजही रडू लागली. नऊ वर्षांचा सिद्दिकी आजीची आणि आईची समजूत काढू लागला.

कुणाचाच आधार नाही, सगळे काही संपून गेलेले असतानाही आजी आणि त्यांची मुलगी ते घर नेटाने पुन्हा कसे उभे राहील यासाठी प्रयत्न करत आहेत... झगडत आहेत.

शहनाज म्हणाली, ''कोरोनाच्या पहिल्या लाटेत हाताला काम नव्हते. माझ्याकडचे मंगळसूत्र विकून आम्ही दिवस काढले. अनेकदा फक्त पाणी पिऊन उपाशीच झोपून जायचो. माझ्या मुलाने मला कधीच भीक मागू दिली नाही. तोसुद्धा कित्येक रात्री पाणी पिऊन झोपायचा.''

बाहेर रातकिड्यांची किरकिर सुरू झाली होती. मी जाण्यासाठी निघालो. खिशात हात घातला. थोडे पैसे होते. ते आजींच्या हातावर ठेवले. सिद्दिकीला म्हणालो, ''बाळा, चांगले शिक. मी तुला अधूनमधून भेटायला येत जाईन.''

आजोबा माझ्याकडे मोठ्या आशेने पाहत होते. मी त्या झोपडपट्टीतून निघालो. जात असताना एकीकडे आजूबाजूला खूप घाण असल्याने दुर्गंधी येत होती, दुसरीकडे मी ज्या घरात बसलो होतो त्या घरात स्वप्ने, आत्मविश्वास, प्रेम, स्वाभिमान यांचा सुगंध दरवळत होता. त्या सुगंधाला जर हिमतीचे आणि मदतीचे बळ मिळाले तर त्याचा दरवळ आभाळापर्यंतही जाईल. कुणी सांगावे!

■

१८.

'आयपीएस' ऐवजी वॉचमन!

आमच्या 'यिन'चा वर्धापनदिन होता. सर्वांची इच्छा होती, की रात्रीच केक कापायचा! सर्वांचे काम सुरू होते. मी केक आणायला गेलो. शिवाजीनगर भागात केकचे एक दुकान उघडे होते. केक घेतला. 'गुगल पे' करायला गेलो तर दुकानाचे मालक म्हणाले, "'गुगल पे' बंद आहे, रोख पैसे द्यावे लागतील." माझ्याकडे पैसे नव्हते. आता काय करावे, हा विचार मी करत होतो. त्या दुकानदाराने मला सांगितले, "बाजूच्या गल्लीमध्ये एटीएम आहे, तिथून पैसे आणा." मी त्या एटीएमच्या दिशेने निघालो. मी एटीएमजवळ पोहोचलो. वॉचमन असलेला एक तरुण मुलगा मोठा ठोकळा असलेले इंग्रजी पुस्तक वाचत एका खुर्चीवर बसला होता. मी दोनदा, तीनदा माझे कार्ड टाकून पैसे काढण्याचा प्रयत्न करीत होतो; पण पैसे निघत नव्हते.

वाचनात तल्लीन असणाऱ्या त्या वॉचमन तरुणाला मी आवाज दिला. तो एकदम भानावर येऊन मला म्हणाला, "काय झाले, निघत नाहीत का पैसे?" मी म्हणालो "हो, बराच वेळ झाला प्रयत्न करतोय, पण पैसे निघत नाहीत." तो माझ्या जवळ आला. त्याने मशीन चेक केले. मशीनमध्ये नंबर टाकायची कीट काढली. ती कीट पुन्हा बसवली. त्याने माझे कार्ड घेऊन पैसे काढले.

मी म्हणालो, "तुम्हाला मशीनची बरीच माहिती दिसते." तो म्हणाला, "हो, मी पॉलिटेक्निक केलेय ना!" मी म्हणालो, "बापरे, पॉलिटेक्निक करूनही तुम्ही वॉचमन?" तो काहीच बोलला नाही. तो शांतपणे जाऊन आपल्या खुर्चीवर

बसला. तरुण मुलगा, इंग्रजी पुस्तकाचे वाचन, पॉलिटेक्निकचे शिक्षण... असे एक नाही अनेक विषय मला त्या मुलाशी बोलण्यासाठी प्रवृत्त करत होते. त्या तरुणाच्या कपाळावरचा कुंकवाचा टिळा बघून मी म्हणालो, ''तुम्ही परभणीचे आहात का?'' तो म्हणाला, ''परभणीचा नाही, हिंगोलीचा आहे.'' मी पुन्हा म्हणालो, ''मग आता पुणेकरच झाले वाटते.'' त्याने होकाराची मान हलवली. ''पाणी आहे का प्यायला?'' पुण्यात येऊनही त्याचा 'मराठवाडी सेवाभावी बाणा' कायम आहे का, हे मला तपासायचे होते. तो आतमध्ये गेला आणि पाण्याची बाटली आणून माझ्यासमोर ठेवली. मी पाणी प्यायलो. माझे गाव, त्याचे गाव, त्याचे शिक्षण, माझे शिक्षण असे करता करता आमचे बोलणे सुरू झाले.

मी ज्या तरुणाशी बोलत होतो, त्याचेनाव ज्ञानेश्वर भागजी जाधव. हिंगोली येथील ज्ञानेश्वर डिग्री मिळवल्यावर एमपीएससी, यूपीएससी करण्यासाठी पुण्यामध्ये आला. घरची परिस्थिती मध्यम, त्यामुळे घरच्यांनी दर महिन्याला ठरल्याप्रमाणे लागतील तसे पैसेही पाठवले, पण सहा वर्षे झाली तरीही ज्ञानेश्वर काही एमपीएससी, यूपीएससीच्या परीक्षांमध्ये यशस्वी होईना.

तिकडे गावाकडे घरच्यांना काळजी वाटायला लागली. पोराचे वय वाढतेय, पोराचे लग्न करायचेय, तो ना शेतात काम करू शकतो, ना कुठे नोकरी करू शकतो, ना त्याच्याकडे कुठल्या उद्योगाचे स्किल आहे. हे सगळे घरच्यांना माहिती होते. घरच्यांना वाटले, मुलाचे लग्न करावे म्हणजे तो किमान काहीतरी काम सुरू करेल. मुलगा पुण्यात चांगल्या नोकरीला आहे, असे मुलीच्या घरच्यांना खोटंच सांगून ज्ञानेश्वरचे लग्न झाले.

जेमतेम चार महिने चांगले गेले. ज्ञानेश्वरच्या पत्नीला जेव्हा समजले, की आपला नवरा काहीच काम करत नाही, तेव्हा तिच्या पायाखालची वाळू सरकली. तिने तिच्या आई-वडिलांना हे सांगितले. ज्ञानेश्वरच्या सासू-सासऱ्यांनी तुम्ही आम्हाला फसवले असे म्हणत, त्यांच्या मुलीला, म्हणजे ज्ञानेश्वरच्या पत्नीला परत गावी आणले.

मी ज्ञानेश्वरला विचारले, ''तू स्पर्धा परीक्षेच्या पुस्तकांचा अभ्यास करण्याऐवजी हे कुठले पुस्तक वाचत बसला आहेस?'' ज्ञानेश्वर म्हणाला, ''मला वाचनाची प्रचंड आवड; पण स्पर्धा परीक्षेच्या अभ्यासामुळे कथा, कादंबरी, अवांतर वाचन मी विसरून गेलो. पण आता ठरवलेय, स्पर्धा परीक्षेचा

नाद सोडायचा, आपल्याला जे आवडते ते करायचे. गेल्या वर्षभरापासून आता मला जे आवडते ते मी करायला हाती घेतलेय.''

मी ज्ञानेश्वरला म्हणालो, ''तुमचे नेमके चुकले कुठे?'' ज्ञानेश्वर म्हणाला, ''मी माझ्यातली कुवत वेळीच ओळखायला हवी होती. जेमतेम काठावर पास असताना, स्पर्धा परीक्षेच्या त्या कसोटीच्या स्पर्धेमध्ये आपला निभाव लागणार नाही, हे मी सुरुवातीलाच ओळखायला पाहिजे होते. स्पर्धा परीक्षेत दोन वर्षांत निभाव लागला नाही, तर पुढचा पर्याय काय, हेही मी तयार ठेवायला पाहिजे होते.

मी ज्ञानेश्वरला म्हणालो, ''मग वॉचमनचीच नोकरी का स्वीकारली?'' ज्ञानेश्वर म्हणाला, ''मागची चार-सहा वर्षं बसून बसून शरीर अवघड काम करायला तयार होत नाही. बाकी ठिकाणी काम करण्यापेक्षा इथे चार पैसे कमी मिळतील, पण बसून राहायचे, कुठलेही काम करायचे नाही, अशी ही नोकरी. माझ्या सोबतचे अनेक मित्र हा जॉब करतात, म्हणून मग मीही त्यांच्यासोबत कामाला लागलो.'' ज्ञानेश्वर मागच्या सहा वर्षांमधला सगळा प्रवास मला सांगत होता. दोन तास मी ज्ञानेश्वरसोबत बोलत बसलो होतो. खूप गप्पांमधून ज्ञानेश्वरने सांगितले, ''ज्यांना स्पर्धा परीक्षेत अपयश आले, असे त्याचे अनेक मित्र आसपासच्या एटीएममध्ये काम करतात.'' मी ज्ञानेश्वर असणाऱ्या त्या एटीएममधून बाहेर पडलो. ज्ञानेश्वरच्या भेटीनंतर मी ठरवले होते, त्याच रात्री पंधरा वॉचमनच्या भेटी घ्यायच्या; ते कुठून आलेत, कसे आले, त्यांची आत्ताची स्थिती काय आहे, हे त्यांच्याकडून समजून घ्यायचे. 'केक कुठेही मिळत नाही, मी येणार नाही,' असा मी माझ्या सगळ्या सहकाऱ्यांना निरोप दिला.

पुण्याच्या शिवाजीनगर, बुधवार पेठ भागामधल्या वॉचमनचे काम करणाऱ्या पंधरा जणांना मी भेटलो. पंधरापैकी अकरा जण मराठवाड्यामधले होते. उर्वरित चार बाहेरच्या राज्यांमधले होते. त्या अकरांपैकी सात जण स्पर्धा परीक्षेचा अभ्यास करून अपयश आलेले होते. उर्वरित रोजीरोटीच्या शोधामध्ये पुण्यामध्ये आलेले होते. त्या सगळ्यांना भेटल्यावर मी विचार करत होतो, किती धक्कादायक आहे हे? सगळ्यांच्या व्यथा सेम ज्ञानेश्वरसारख्याच होत्या.

रात्र संपण्याच्या तयारीला लागली होती. मी माझ्या मुक्कामाच्या ठिकाणी निघालो. माझ्या मनात विचार येत होते, 'एमपीएससी, यूपीएससीच्या नावाखाली पुण्यामध्ये जमलेली गर्दी किती आभासी आहे. त्यांना दिशा मिळत नाही, अशी परिस्थिती आहे. आपण दोन वर्षे एमपीएससी, यूपीएससीचा अभ्यास करायचा

आणि पुन्हा नव्याने काहीतरी करायचे, असा बेत त्यांनी आखला असे नाही. उत्तम शेती करता येते, उत्तम उद्योजक होता येते, चांगल्या ठिकाणी जॉब मिळू शकतो, ज्यातून तुम्हाला समाधान मिळेल आणि समाजाचे चांगले होईल, हे त्यांना कोणी शिकवले नाही. पॉवर असल्याशिवाय काही मिळत नाही, लाल दिव्याची गाडी पाहिजेच, असे त्यांच्या मनावर सातत्याने बिंबवले गेले. लाल दिव्याची गाडी हेच खरे जग आहे, असे ते समजू लागलेत. जेव्हा आयुष्याची वेळ निघून जाते, तेव्हा हाती काही लागत नाही. मग सगळ्या दिशा बंद होतात. स्वाभिमानाने कोणतेही काम करणे, ही देशसेवाच आहे, त्यासाठी लाल दिवा कशाला पाहिजे?

■

१९.

नियतीच्या 'जखमांचे' ठिगळ !

त्या दिवशी रात्री तीन वाजेपर्यंत आम्ही कोल्हापूरच्या शिवजयंतीमध्ये सहभागी झालो होतो. डोळ्याचे पारणे फेडणारे मिरवणुकीचे ते दृश्य होते. जिकडे पाहावे तिकडे मोठ मोठे देखावे. तरुणाईचा इतका जोश, उत्साह मी पहिल्यांदाच पाहिला होता. ज्यांच्या डोक्यात, मनात छत्रपती शिवाजीमहाराज होते, ते आदराने त्या मिरवणुकीमध्ये सहभागी झाले होते. मिरवणूकीत नेहमीचा जल्लोष होता. हौसे गवसेही कमी नव्हते. तसे ते असल्याने मिरवणूकीत जे रंग पाहायला मिळतात तेही मिळत होते. रात्री उशिरापर्यंत मी या नाचण्यात दंग असणाऱ्या तरुणांविषयी विचार करत होतो. आमच्या 'यिन'च्या वतीने राज्यभर सध्या 'चला घडू देशासाठी' ही शिबिरे सुरू आहेत. या शिबिरांमध्ये सहभागी होण्यासाठी विद्यार्थ्यांना आम्ही जोरकसपणे आवाहन करतो.

एक हजार रुपये भरून अनेकांना शिबिरात सहभागी होण्यासाठी आम्हाला विनंती करून कंटाळा येतो. असे वाटते, कुणाला देशासाठी घडायचे नाहीच. त्या दिवशी माझा सहकारी अवधूत गायकवाड यांच्याशी चर्चा करताना कधी डोळा लागला कळाले नाही.

सकाळी उठलो. मालोजीराजे यांची भेटीसाठी वेळ घेतली होती. ठरल्याप्रमाणे. आम्ही महाराजांच्या राजवाड्यात जाताच, राजे नेमके कुठेतरी बाहेर गेलेत, असा निरोप मिळाला. मी त्यांच्याशी संपर्क साधला, ते एका कार्यक्रमाच्या निमित्ताने शहरात गेले होते. 'तुम्ही थांबा, आम्ही येतो, असा

त्यांचा निरोप आला होता.' राजवाड्याचे वैभव, तिथले सगळे वेगळेपण डोळ्याच्या कप्प्यात अगदी साठवून ठेवावे असे आहे.

आम्ही महाराजांचा राजवाडा पाहिला. आमच्यासारखे अनेकजण तो राजवाडा, परिसर पाहण्यासाठी तिथे गर्दी करत होते. श्याम माडेवार, आकाश पांढरे, अनिकेत मोरे हे माझे सहकारी माझ्यासोबत होते. आम्ही राजांची वाट पाहत होतो. मला तहान लागली. पाणी कुठे मिळेल या उद्देशाने माझी नजर भिरभिरत होती. थोड्या अंतरावर पाहिले तर एक व्यक्ती पाणी विकत होती. त्या तरुणाच्या दिशेने मी निघालो. माझे सगळेच सहकारी 'एसी'ची हवा खात गाडीत बसले होते. ऊन जरा जास्तच होते. तेवढ्या उन्हातही तो राजवाडा पाहण्यासाठी येणाऱ्या-जाणाऱ्यांची गर्दी कमी नव्हतीच.

माणसे येताना-जाताना त्या पाणीवाल्याकडे हमखास जात होती. मी त्या व्यक्तीला म्हणालो, "एक पाण्याची बाटली द्या." मी पाण्याची बाटली घेतली, तोंडाला लावली. पाणी पिऊन झाल्यावर मी त्या पाणी विकणाऱ्याला म्हणालो, "किती पैसे झाले तुमचे?" त्याने मला किंमत सांगितली. ती व्यक्ती सर्वांना पाणी देण्यामध्ये व्यस्त होती. त्या व्यक्तीने आपल्या स्कूटरला दोन्ही बाजूने पाण्याने भरलेल्या दोन पिशव्या लटकवल्या होत्या आणि एक पिशवी हातात होती. असे वाटत होते पाण्याचा अवघा सागर त्या व्यक्तीच्या स्कूटरवर आहे.

ते माझ्या नजरेला नजर देत नव्हते. मी त्यांना काही रक्कम दिली अजून एक बाटली मागितली. मी त्यांना म्हणालो, "तुमच्याकडे पाण्याची बाटली एवढी महाग, हे बरोबर नाही," असे मी बोलल्यावर त्यांनी माझ्याकडे लक्ष दिले नाही. मला तर त्यांच्याशी बोलायचे होते. त्यांची नजर माझ्या नजरेला मिळत नव्हती. चेहऱ्यावर तेज होते, पण नजरेमध्ये अनेक प्रश्न होते, असे का कुणास ठावुक मला वाटत होते. आता त्यांच्याजवळ फारशी माणसे नव्हती.

मी गरज नसतानाही पुन्हा "अजून एक बाटली द्या," असे म्हणालो. परत मी हळू आवाजात बोलणे सुरू केले. 'तुम्ही किती दिवसांपासून पाणी विकता? राहता कुठे? काय शिक्षण झाले? घरी कोण असते?' असे एक एक करत आमच्या गप्पा सुरू झाल्या. थोड्या वेळाने त्यांनी मला प्रतिसाद द्यायला सुरुवात केली.

एकीकडे त्यांचा पाणी विकण्याचा सारा व्यवहार सुरू आणि दुसरीकडे त्यांचे माझ्याशी बोलणे सुरू होते. त्यांच्याशिवाय मी त्यांना बाकी प्रश्नही

विचारत होतो. 'इथे काय वेगळेपण आहे?' या विषयांपासून ते त्या व्यक्तीच्या कौटुंबिक विषयापर्यंत मी त्याच्याशी बोलत होतो.

बाजूला असलेल्या दाट सावलीच्या झाडाखाली आम्ही दोघे जाऊन थांबलो. उन्हामुळे पाणी गरम होऊ नये म्हणून त्यांनी आपली लुनाही सावलीत लावली. एकीकडे आम्ही चर्चेमध्ये गुंग झालो होतो आणि दुसरीकडे राजे कधी येतील, त्यांच्याशी कधी भेटायचे, पुढे कसे निघायचे, असे प्रश्न माझ्या मनात घोळत होते. मात्र जेव्हा त्या व्यक्तीने त्यांचे शिक्षण सांगितले, घरच्या सगळ्या परिस्थितीविषयी बोलायला लागले, तेव्हा मात्र मी पूर्णपणे त्यांच्या बोलण्याकडे बारकाईने लक्ष देत होतो. एखाद्याचा प्रवास किती खडतर असू शकतो, याचे ती व्यक्ती उदाहरण होती.

मी ज्यांच्याविषयी बोलत होतो, त्यांचे नाव विजय हातवने होते. कोल्हापूर शहरातल्या आंबेडकर वस्तीमध्ये राहणाऱ्या विजय यांचे शिक्षण एम.ए. इंग्लिश, आणि त्यानंतर ते सेट परीक्षाही उत्तीर्ण झाले आहेत. रोज मजुरी करून त्यांनी आपल्या वयाची पंचवीस वर्षे शिक्षणामध्ये घातली. पुढे त्यांनी छत्रपती शाहूमहाराज यांच्यावर संशोधन सुरू केले. पुढचे शिकणे त्यांना परवडणारे नव्हते. त्यांनी काही स्वप्ने उराशी बाळगली होती. संशोधन करत करत त्यांनी दोन वर्षे नोकरीचा शोध घेतला, पण नोकरी काही मिळेना. आईवडिलांच्या इच्छेसाठी त्यांना लग्न करावे लागले. लग्न केल्यावर एक वर्षभर त्यांनी नोकरीचा शोध घेतला, पण नोकरी काही मिळेना. एवढे शिक्षण घेऊन छोटी नोकरी करायची कशी, आपल्या कुटुंबाचा प्रपंच चालवायचा कसा, हे प्रश्न विजय यांच्यासमोर होते. त्यांचे तीन मोठे भाऊ, रोज मजुरी करून स्वतःचे कुटुंब चालवत होते.

विजय यांच्या आई-वडिलांच्या लकवा लागलेल्या हाता-पायाला काम केल्याशिवाय काही पर्याय नव्हता. अठराविश्व दारिद्र्य विजय यांच्या घरामध्ये होते. एकदा पुण्याला जाऊन त्यांनी मित्राच्या मदतीने एका कंपनीमध्ये काम सुरू केले. काही वर्षे गेल्यानंतर कंपनीने विजय यांना चांगला पगार दिला. विजय यांना दोन मुली झाल्या. त्यांची बायको चार घरी धुणीभांडी करून संसाराला हातभार लावू लागली. विजय थरकाप उडवणारी त्यांची कहाणी मला सांगत होते. आम्ही खूप वेगळ्या विषयावर बोलत होतो. साहित्यामध्ये अभ्यासू असणाऱ्या विजय यांनी आपले मेरिट कधी हुकू दिले नाही. विजय मला सांगत होते, "माझ्या कंपनीत सोबत काम करणारा व्यक्ती दहावी नापास होता. त्याला तेवढाच पगार

होता, मी उच्चशिक्षित असूनही मला तेवढाच पगार होता. मी का शिकलो, वयाची पंचवीस-तीस वर्षे शिक्षणात का घालवली, असा प्रश्न मला तेव्हाच पडला होता."

नियती विजय यांची परीक्षा घेणे थांबवत नव्हती. कोरोनाच्या काळामध्ये त्यांची बायको मरण पावली. काळजीने विजय यांचे आई-वडील आजारी पडले आणि अंथरुणावरच आहेत. याच कोरोनाच्या काळाने विजय यांच्या आयुष्यात आणखीन दोन मोठे धक्के दिले. विजयचे दोन मोठे भाऊ कोरोनामध्ये मरण पावले. दारिद्र्य चिकटलेल्या विजय यांच्या आयुष्याची एकीकडे जगण्यासाठीची झुंज सुरू होती, तर दुसरीकडे पत्नी, भावाच्या जखमांचे एक ठिगळ आयुष्यामध्ये कायमस्वरूपी जोडले गेले होते.

आता विजय यांनी त्यांच्या जवळच्या बाटल्यांची पिशवी स्कूटरला लावली. ती कुणालाही दिसणार नाही अशी झाकून ठेवली. आम्हाला बोलता यावे म्हणून त्यांनी तसे केले होते. भाऊ आणि पत्नीच्या मृत्यूनंतर घरातले सगळे आटपून विजय आपल्या दोन्ही मुलींना घेऊन पुण्याकडे गेले होते. परत त्याच नोकरीवर जाऊन ते काम सुरू करणार होते. ते आता घरातून बाहेर पडणार तेव्हढ्यात आई विजय यांच्यापुढे पदर पसरत म्हणाली, "आम्हाला अंथरुणावर असे टाकून जाऊ नको. तू गेल्यावर आम्ही लगेच प्राण सोडू, तू इथेच राहा," अशी विनंती केल्यावर विजय कोल्हापूरमध्येच थांबले. विजय म्हणाले, "मित्राने, नातेवाईकांनी सहानुभूतीपोटी काही दिवस मदत केली. पुढे हा सगळा जबाबदारीचा गाडा मलाच चालवायचा होता. माझ्या दोन भावांपैकी एक भाऊ नेहमी राजवाड्यात येणाऱ्या पर्यटकांना पाण्याच्या बाटल्या विकून चार पैसे मिळवायचा. माझ्या त्याच भावांचे पाणी विकण्याचे काम आता मी सुरू केले. माझ्याकडे दुसरा कुठलाही पर्याय शिल्लक नव्हता."

मी विचार करत होतो, विजयच्या आयुष्याभोवती जखमांची किती ठिगळे लागलेली आहेत. बापरे...! बेकारी, महागाई कितीतरी यक्षप्रश्न छळायला लागले. सगळीकडे चर्चा राजकरणाची, कोण कुठल्या पक्षात जाणार याची. बेकारी, दारिद्र्य, प्रचंड समस्यांवर बोलायाला कोणाला वेळ नाही. यावर एखादा कॉलम लिहावा, असे खरेच कुणाला वाटत नसेल का?

विजय मला जे जे सांगत होता, त्या सगळ्या विषयांभोवती माझे मन अगदी गुरफटून गेले होते. प्रचंड बुद्धिमान, उच्चशिक्षित असणाऱ्या युवकाला आज

परिस्थिती पुढे हतबल होऊन सारी सामाजिक, अभ्यासू शस्त्रे खाली टाकावी लागतात.

आपल्या अवती भोवती असणाऱ्या एका विजय यांची ही कहाणी नाही, तर असे हजारो विजय गुणवत्ता असून जगण्याच्या संघर्षात भरडले जात असतील. कोल्हापूरातच राजर्षी शाहू महाराजांनी कित्येक दुर्लक्षित रत्नांना जगासमोर आणल्याचा इतिहास आहे. अशा विजयना त्याच रत्नपारखी नजेरेची गरज असते. ती परिस्थितीने घेरलेल्या विजयच्या वाट्याला येईल का, हा प्रश्न अस्वस्थ करत होता. या विचारांतच परतीचा रस्ता धरला. त्यापूर्वी राजवाड्या समोरची माती डोक्याला लावली आणि 'छत्रपती शिवाजीमहाराज की जय!' म्हणत मी त्या परिसरातून जायला निघालो. जाता जाता विजय यांच्याकडे गेलो. त्यांच्या पाठीवरून हात फिरवला आणि म्हणालो, "हा माझा नंबर घ्या. तुम्हाला काही मदत लागली तर नक्की सांगा. मी नेहमी तुमच्यासोबत आहे." विजय यांनी होकाराची मान हलवली, पण बिचाऱ्या विजयकडे तर साधा फोनही नव्हता.

त्यांनी पाण्याची पिशवी पुन्हा वर काढली. एकीकडे ते लोकांना पाण्याची बाटली विकत होते आणि दुसरीकडे ते माझ्याकडे टक लावून पाहत होते. मी गाडीत बसलो. गाडीची काच खाली घेतली. हात वर केला आणि जायला निघालो.

असे वाटत होते, एवढा मोठा प्रश्न बाजूला ठेवून मी माझ्या सुखकर रस्त्याने तसाच निघालो. तसा पर्यायही काही नव्हता. माझ्यासारख्या अनेक डोळस माणसांना पर्याय असूनही परिस्थितीपुढे मार्ग काढता येत नाही. जशी परिस्थिती विजय यांची, तशी माझी. परिस्थितीला चार हात करण्याची ताकद काबाडकष्ट करणाऱ्या त्या प्रत्येक विजयसारख्यांना मिळावी, एवढीच प्रार्थना या निमित्ताने आहे.

■

२०.

घेतले उच्च शिक्षण तरीही...

उदगीरला परवा एका साहित्य संमेलनाला गेलो होतो. मराठवाड्याच्या माणसांची साहित्यामध्येही कमालीची 'दानत' आहे, हे तिथे कळाले. छात्रभारतीमध्ये काम करीत असताना ना. य. डोळे सर यांच्याकडे उदगीरला नेहमी येणे व्हायचे. त्यामुळे उदगीर परिचयाचे होते. संमेलनातून उसंत मिळाल्यावर मी बाहेर पडलो. शाहू चौकात आल्यावर चहाचा सुगंध दरवळत होता. माझ्यासोबत शिवराज पाटील आणि सुरेश शिंदे होते, ते म्हणाले, "चहा घेऊ." मी म्हणालो, "चला." मी चहाच्या सुगंधाच्या दिशेने पाहिले, समोर एक बोर्ड लागला होता, 'नंदिनी मसाला चहा' असा. माझ्या सोबतचे दोघेजण खूप आनंदाने चहा पीत होते, 'व्वा, काय चहाची टेस्ट आहे!' असे कौतुक ते करत होते. काही जणांनी उधारीवर चहा घेतला. त्याची नोंद ठेवताना त्या व्यक्तीने एकदम इंग्लिशमध्ये त्या नोंदी डायरीमध्ये केल्या. मी त्या व्यक्तीला विचारले, "तुमचे शिक्षण किती झाले?" त्यावर ते काहीही बोलले नाहीत. मी त्यांचे शिक्षण विचारल्यावर त्यांचा चेहरा एकदम पडला.

टपरी बाहेर जाताना एक युवक त्या व्यक्तीला म्हणाला, "सर, मी निघतो आता, येतो पुन्हा." मी त्या युवकाला विचारले, "सर कसे काय म्हणताय?" तो युवक म्हणाला, "ते माझे सर होते. त्यांनी मला बीएला इतिहास शिकवला." मला एकदम धक्का बसला. चहाचे रिकामे कप धूत रफीच्या गाण्याचा आनंद घेणाऱ्या त्या व्यक्तीला मी बोलते करण्याचा, खुलवायचा प्रयत्न केला.

काही वेळाने ते सर नुसते बोलले नाहीत, तर त्यांनी आपला खाचखळग्यांचा सर्व प्रवासच माझ्या समोर मांडला. यातना दु:ख आणि अपयश असले तरी त्यांनी यशासाठी आपले प्रयत्न सोडले नाहीत. माझ्यासोबत असणारे हे दोघेजण भावुक होऊन, तो सर्व प्रवास ऐकत होते. आजूबाजूला असलेली सामाजिक, राजकीय, प्रशासकीय परिस्थिती वाईट वातावरणाला अजून पोषक बनवते, हे गणेशच्या बोलण्यातून दिसत होते. मी ज्या व्यक्तीसोबत बोलत होतो, त्याचे नाव गणेश काशीनाथ होनराव. वय चाळीस, एम. ए. इतिहास, एम.फील., पीएच.डी. अनेक पुस्तके, अनेक शोधनिबंध लिहिलेल्या गणेश यांनी आज ना उद्या प्राध्यापक होण्याची संधी मिळेल, या आशेने अनेक महाविद्यालयांत तासिका तत्त्वावर काम केले. तिथे मिळणाऱ्या पगारावर ना घरची डाळ शिजली, ना आयुष्याची. गणेश यांनी अनेक संस्थाचालकांना विनंत्या केल्या, पण गणेश यांचे प्राध्यापक होण्याचे स्वप्न अपुरेच राहिले. एकीकडे आतमधून तुटून गेलेल्या गणेशला आपले कुटुंब ही शाबूत ठेवायचे होते; दुसरीकडे घराचा संसार, मुलगी दिव्या, बायको जयश्री, आई अनूसया, बाबा काशीनाथ या सर्वांना घेऊन संसाराचा गाडा हाकायचा होता. म्हणून तासिका तत्त्वावर प्राध्यापकांची असलेली नोकरी सोडून गणेश यांनी चहाची टपरी काढली.

गणेश सांगत होते, "उच्च शिक्षण घेऊन चुकलेच. पस्तीस वर्षे शिक्षणात गेली. वडिलांनी काबाडकष्ट करून शिकवले. मला शिकवण्यासाठी त्यांनी आपले अवघे आयुष्य पणाला लावले. आईला वाटायचे, आज ना उद्या आपला मुलगा प्राध्यापक होईल आणि अंगावर असलेले कर्ज चुकते करेल, पण तसे काही झाले नाही. २०२० मध्ये आई गेली आणि वर्षभरात बाबा गेले. गरिबीच्या ओझ्याखाली आई-बाबांची बरीच कर्तव्ये मला पार पाडता आली नाहीत," असे म्हणत गणेश यांनी अश्रूंना वाट मोकळी करून दिली. माझ्या सोबतच्यांचे दोन-दोन चहा झाले होते. मी गणेश यांना म्हणालो, "आता रोज किती पैसे मिळतात आणि तासिका तत्त्वर काम करताना किती पैसे मिळायचे?" गणेश म्हणाले, "महाविद्यालयात तेव्हा प्रतिदिवस किमान दीड हजार रुपये मिळायचे. आता टपरीवर तीन हजार रुपये मिळतात. शिवाय चार लोकांच्या चुली पेटतात. पैसे दिल्याशिवाय अनेक संस्थांमध्ये संधी मिळत नाही, वशिल्याशिवाय काहीही होत नाही. त्यामुळे अजून थोडे कर्ज काढले आणि ही चहाची टपरी टाकली."

■

२१.
सावलांची सावली

लस घ्यायला मी 'जेजे' रुग्णालयात पोहोचलो. मी गेलो तेव्हा डॉक्टर आणि नर्सेस दुपारच्या जेवणासाठी बाहेर पडल्या होत्या. वाट पाहण्याशिवाय पर्याय नव्हता. मी 'जेजे'च्या आवारात आलो. जेवणाची रांग असलेल्या ठिकाणी गेलो. तिथे अनेक कामे चालली होती. सगळी माणसे व्यग्र होती. समोरच्या खुर्चीत बसलेली एक व्यक्ती अनेकांच्या प्रश्नांना उत्तरे देत होती. मला पहिल्यांदा वाटले, हे रुग्णालयाचे ऑफिस असावे. मात्र, नंतर 'जीवनज्योत कॅन्सर रिलिफ फंड केअर सेंटर ट्रस्ट' अशी पाटी वाचली आणि ते खासगी ऑफिस असल्याचे लक्षात आले. मी त्या समोरच्या व्यक्तीला भेटलो. माझी ओळख सांगितली. आमचे बोलणे सुरू झाले.

ती व्यक्ती करत असलेले काम खूप वेगळे होते. त्या व्यक्तीने मला काही नोंदी दाखवल्या आणि सांगितले :''गेल्या अडतीस वर्षांत दोन लाख लोकांचे दुःख दूर करत माझ्याकडून हे काम असेच सुरू आहे.''

मी ज्या व्यक्तीशी बोलत होतो त्या व्यक्तीचे नाव हरखचंद कल्याणजी सावला. मूळचे गुजरातचे सावला आता मुंबईकरच आहेत. वडिलांच्या पावलावर पाऊल ठेवत सेवाभावी वसा जपायचा असे ठरवून लोअर परळमध्ये सावला यांनी सुरुवातीच्या काळात मित्रमंडळ स्थापन केले. नंतर 'जीवनज्योत' उभारून कर्करुग्णांसाठी आणि अन्य आजारांनी पीडित असलेल्यांसाठी त्यांनी काम सुरू केले.

लोकांकडून जी मदत येईल ती मदत घ्यायची, पदरमोड करून गरजूंना मदत करायची हा मूलमंत्र घेऊन सावला यांचे काम सुरू आहे. गडचिरोली असो की गुजरात, कोलकता असो की सांगली, कुठूनही आलेल्या आजारी माणसाला सावला मार्ग काढून देतात.

'हरिओम्' म्हणत येणाऱ्या प्रत्येक माणसांचे स्वागत सावला करत होते. सतत या दवाखान्यातून त्या दवाखान्यात फोन करणे, लोकांना पत्रे लिहून देणे, आपल्याकडे असणारी औषधे, कपडे, साधनसामग्री लोकांना देणे अशी कामे तिथे चालली असल्याचे मी गेल्या तीन तासांपासून पाहत होतो. मला लस घ्यायची होती; पण ती आज घेणे काही शक्य नव्हते. मग सावला यांचे सगळे काम समजून घ्यायचे असे मी ठरवले.

सावला म्हणाले : ''मुंबईमध्ये 'टाटा', 'वाडिया', 'जेजे', 'सेंट जॉर्ज', 'कामा' या रुग्णालयांमध्ये कुठल्याही आजाराचा रुग्ण आला तर त्याला मी सढळ हाताने मदत करतो. या मदतीत औषधे, रुग्णालयात दाखल होण्यासाठी मदत, अन्नदान, जुने कपडे, तपासण्या, पीडित मुलांसाठी खेळणी 'जीवनज्योत'तर्फे दिली जातात. प्रत्येक दवाखान्यात आमचे स्वयंसेवक काम करतात. राज्यात बारा ठिकाणी आमची केंद्रे आहेत. या केंद्रांच्या माध्यमातून १५० जण पूर्ण वेळ काम करतात आणि ३५० जण स्वयंसेवक म्हणून माझ्यासोबत अहोरात्र झटतात.''

सावला पुढे सांगू लागले :''दोन दिवसांपूर्वीचीच गोष्ट. कर्करोगग्रस्त आजोबांना त्यांचे नातेवाईक इथे दाखल करून निघून गेले होते. मी त्या आजोबांना भेटायला गेलो तेव्हा ते आजोबा माझा हात हातात घेऊन म्हणाले : ''मला माझ्या घरी न्या. मला माझ्या मुलांचा चेहरा पाहायचा आहे.'' त्यांचे ते शब्द कानावर पडल्यावर रडूही आले आणि कर्तव्याची जाणीवही झाली. त्या आजोबांवर आता औषधोपचार सुरू आहेत. ते बरे झाल्यावर मी त्यांना त्यांच्या घरी सोडणार आहे. अशी कितीतरी उदाहरणे रुग्णालयाच्या परिसरात मला अनुभवायला मिळतात.''

गप्पा सुरू असतानाच सावला यांना त्यांच्या घरून फोन आला. फोनवरचे बोलणे आटोपल्यावर ते मला म्हणाले : ''कोकणामधून एका शेतकऱ्याने रुग्णांना वाटण्यासाठी आंबे पाठवले आहेत. ते आंबे आणण्यासाठी मला घरी जावे लागेल.''

गप्पा मारता मारता मीही त्यांच्याबरोबर निघालो.

सावला यांच्या आई साकरबेन, पत्नी निर्मला यांनी सावला यांच्या सेवाभावी स्वभावाबद्दल भरभरून सांगितले.

सावला यांची मुलगी डॉ. नेहा आणि इंजिनिअर मुलगा चिंतन या दोघांशीही मी गप्पा मारल्या. चिंतन आता उद्योगक्षेत्रात भरारी मारत वडिलांच्या कामाला हातभार लावत आहे. डॉ. नेहा आणि तिचे यजमान ऊर्मिल शहा यांना सावला यांचा हा सामाजिक उपक्रम पुढे न्यायचा आहे.

सावला यांच्या सूनबाई हिरल मला म्हणाल्या : ''बाबांच्या कामात आम्हा सर्वांचा हातभार असतो, त्यांची आपल्या कामाविषयी असलेली तळमळ आम्ही जाणून आहोत.''

आम्ही परत 'जेजे'मध्ये आलो. गरजू रुग्ण सावला यांच्या टीमकडे आणि त्यांच्या संस्थेकडे संपर्क कसा साधतात, त्या लोकांची सावला कशी काळजी घेतात, यावर आमचे बोलणे सुरू होते. सावला यांना मी विचारले : ''जे करायचे राहून गेलेय असे तुमचे कुठले काम आहे?''

सावला म्हणाले : ''कर्करुग्णांवर मोफत उपचार करणारे 'रिसर्च सेंटर' मला उभारायचे आहे. त्यासाठी मी 'हाफकिन'च्या समोर छोटीशी जागा घेतली आहे; पण ते उभारण्यासाठीचे आर्थिक बळ माझ्याकडे नाही. ते माझ्या आवाक्यांबाहेरचे आहे.''

आपल्या वडिलांच्या संपत्तीतून सावला यांनी हे सामाजिक काम उभे केले खरे; पण त्यांना स्वतःला जे उभारायचे आहे, त्याची पूर्तता आर्थिक कारणांअभावी अद्याप होऊ शकत, हेही तेवढेच खरे. रोज शंभर-शंभर रुग्ण, त्यांचे नातेवाईक सावला यांच्याकडे येतात. कर्करोगाचे प्रमाण आपल्या देशात किती आहे, हे यावरून लक्षात येते. एकीकडे कर्करोग आणि दुसरीकडे त्यावरच्या उपचारांविषयी काही माहीत नाही, खिशात एक रुपयाही नाही, अशा अवस्थेतले रुग्ण आणि त्यांचे नातेवाईक... यांच्या हालाला पारावार नसतो. मात्र, सावला यांच्यासारखी एखादी व्यक्ती अशा लोकांची सावली होते.

आपल्या या खडतर काळात आपण अगदीच एकटे नाही आहोत, असा दिलासा ही सावली रुग्णांना आणि त्यांच्या नातलगांना देत राहते. सावला यांच्यासारखी पाच-दहा माणसे या मोठमोठ्या रुग्णालयांच्या आसपास असली तरी इथे असणारा आक्रोश थोडा का होईना, निश्चितच कमी होईल...

■

२२.

सेवास्नेही..!

मी जेजे रुग्णालयात कोरोनाची दुसरी लस घ्यायला गेलो होतो. नंबर कधी येईल याची वाट पाहत होतो. फोन आल्यामुळे मी बोलण्यासाठी थोडासा बाजूला गेलो. फोन सुरू असताना माझी नजर एका म्हाताऱ्या बाईकडे गेली. ती बाई शेजारच्या केबिनमध्ये तिथल्या अधिकाऱ्याच्या गालांवरून हात फिरवत, स्वतःचे डोळे पुसत त्यांना आशीर्वाद देत होती. माझा फोन झाल्यावर मी केबिनमध्ये गेलो. आजी त्या अधिकाऱ्याला म्हणत होत्या, ''तुम्ही दहा वर्षांपासून माझे पालकत्व स्वीकारले आहे. तुम्ही अनेक वेळा पदरचे पैसे देऊन आम्हाला दोन वेळचे खाऊ घातले. माझ्या भावाच्या आजारासाठी वेळोवेळी मदत केली...''

समोर बसलेल्या त्या अधिकाऱ्याला नमस्कार करत मी माझी ओळख सांगितली.

''या आजी का रडत आहेत?'' मी अधिकाऱ्याला विचारले.

त्या आजीच म्हणाल्या, ''बाळा, हे आनंदाचे अश्रू आहेत! या साहेबांनी अनेक वेळा माझ्या भावाचा जीव वाचवला.''

मी त्या अधिकाऱ्याला विचारले, ''कोण आहेत या आजी?''

ते म्हणाले, ''लीना फर्नांडिस असे त्यांचे नाव आहे. त्यांचा भाऊ जोसेफ फर्नांडिस हा गंभीर आजाराने त्रस्त आहे. आपल्या भावासाठी त्यांनी लग्न केले नाही. भावाच्या आजारावर उपचार व्हावेत यासाठी त्या माझ्याकडे नेहमी मदत मागायला येतात.''

तिथल्या फाईल पाहून मी विचारले, ''मदतीसाठी या एवढ्या फाईल रोज येतात का?''

ते मान हलवत ''हो'' म्हणाले.

त्यांना अनेक जण भेटायला येत होते.

''सर, रुग्ण असलेल्या माझ्या नातेवाइकांचे काम कधी मार्गी लागेल?'', ''सर, माझे काम झाले'', ''आपला आभारी आहे'', असे म्हणणारे अनेकजण त्या केबिनमध्ये ये-जा करत होते.

आभार मानणारी पत्रे, अनेक उपक्रमांचे फोटो मी तिथे बसून पाहू लागलो.

मी ज्या अधिकाऱ्याशी बोलत होतो त्यांचे नाव आहे दत्तात्रय विभूते. ते 'जेजे' रुग्णालयाच्या 'समाजसेवा' या विभागाचे प्रमुख आहेत.

राज्यासह अनेक भागांतून 'जेजे'मध्ये रोज येणाऱ्या रुग्णांचे प्रमाण शंभर ते सव्वाशे असेल. या रुग्णांमध्ये रोज किमान पंधरा ते वीस रुग्ण गंभीर आजाराने ग्रस्त असतात. एकही रुपया खर्च करण्याची आर्थिक ताकद नसलेले हे रुग्ण असतात. त्यांच्यावर उपचार करत असताना त्यांना 'जेजे'शिवाय अन्य खासगी ठिकाणीही न्यावे लागते. औषधे बाहेरून घ्यावी लागतात. अशा सर्वांना आपल्या विभागाच्या आणि जनसंपर्काच्या माध्यमातून सढळ हाताने मदत करण्यात, त्या रुग्णाचे प्राण वाचवण्यात विभूते यांचा खूप मोठा वाटा असतो. त्यांची वीस जणांची टीम आहे. मी त्यांचे काम जाणून घेतले.

बोलता बोलता मी त्यांना सहज विचारले, ''तुम्ही सेवानिवृत्त झाल्यावर हे सर्व काम कोण पाहणार?''

विभूते हसले आणि म्हणाले, ''अहो, मला सेवानिवृत्त होऊन दोन वर्षं झाली आहेत. रुग्णालयाचे प्रशासन मला सोडायला तयार नाही.''

''तुम्ही गरजू लोकांना मदत कशी मिळवून देता?'' मी विचारले.

ते म्हणाले, ''माझ्या संपर्कातल्या चारशेपेक्षा अधिक संस्था आहेत. शिवाय, गरिबांना मदत करण्यासाठी इच्छुक असणाऱ्या अनेक व्यक्तीही असतात. रुग्णांना मदत करण्यासाठी अशा लोकांना विनंती केली जाते. परवाचेच एक उदाहरण... गणेश पांढरे या मुलाला तातडीने मदत हवी होती. मी संस्थांना विचारले. त्यांच्याकडून निरोप यायला उशीर होत होता. मी एक एसएमएस तयार केला आणि माझ्या सर्व नातेवाइकांना पाठवला. आवश्यक असणारे दीड लाख रुपये दोन दिवसांत उभे राहिले.'

विभूते यांनी असे अनेक प्रसंग सांगितले.

विभूते म्हणाले, ''रुग्णांच्या नातेवाइकांना जेवण, वैद्यकीय शिक्षण घेणाऱ्या १७ मुलांना जेवण आणि त्यांच्या पुस्तकांचा खर्च आम्ही करतोय. प्रत्येक जिल्ह्याच्या ठिकाणी 'मुख्य शासकीय देणगी समिती' उभारून त्या माध्यमातून निधी उभा करणे आणि गरजू रुग्णांना देणे असे हे स्वरूप. आता कोरोनाच्या काळातही तेरा कोटी रुपये मिळवले. सामाजिक संस्था, दानशूर व्यक्ती यांना मी नेहमी आवाहन करतो... 'तुम्ही जिल्ह्याच्या ठिकाणी असलेल्या शासकीय कॉलेजला मदत करा, तुमच्या वाढदिवसावर खर्च होणारे पैसे तिकडे द्या, एखाद्याचा जीव वाचेल.' प्रत्येक जिल्ह्याच्या ठिकाणी गरजूंना आता मदत होऊ लागली आहे ही खूप चांगली गोष्ट आहे.''

मी लस घेऊन पुन्हा विभूते यांच्याकडे आलो. त्यांचा सर्व प्रवास तपशीलवार जाणून घेतला. आम्हा दोघांनाही लोकल गाठायची होती. त्यांना पनवेलला, तर मला खारघरला जायचे होते.

जाताना आमच्या गप्पा सुरूच होत्या.

विभूते यांचे गाव सोलापूर जिल्ह्यातील नान्नज. सन १९८६ मध्ये त्यांचे एमएसडब्ल्यू सोलापूरला झाले. त्यांचे काका गणपत विभूते हे मुंबईत इंजिनिअर होते. त्यांनीच विभूते यांना मुंबईत आणले, शिकवले, कामाला लावले.

विभूते म्हणाले, ''माझे वडील सुखदेव हे टेलर होते. आई रेवती शेतीतले काम करायची. गणपतकाकांनी सर्व कुटुंबासाठी खूप केले आहे. काकू विजया या शिक्षिका होत्या, त्यामुळे कुटुंब घडवण्याच्या भूमिकेत त्या असायच्या.''

आमच्या गप्पा सुरू असताना एक महिला विभूते यांच्याजवळ आली. विभूते यांनी ओळख करून दिली. ते म्हणाले, ''ही माझी पत्नी राजश्री. 'आशाकिरण' या सामाजिक संस्थेत ती काम करते.''

लोकलच्या प्रवासात राजश्री यांनी 'आशाकिरण' संस्थेची माहिती मला दिली. राजश्री यांचे कामही त्यांच्या यजमानांसारखेच होते. राजश्री यांनी सांगितल्यानुसार, ज्या मुलांना कुणीच नाही अशा असंख्य मुलांचे पालकत्व त्यांनी स्वीकारले आहे, त्यांना आधार दिला आहे, उभे राहायला मदत केली आहे.

खारघर आल्यावर मी उतरण्याच्या तयारीत असतानाच विभूते यांनी माझा हात धरून मला थांबवून ठेवले आणि त्यांच्या घरी येण्याचा आग्रह केला.

पनवेल रेल्वे स्टेशनच्या जवळच विभूते यांचे घर. आम्ही घरी पोहोचलो. त्यांची मुलगी मुग्धा हिने स्वयंपाक करून ठेवला होता. विभूते यांचा मुलगा सुश्रुत हा शिक्षणासाठी बाहेर असतो. आमचे जेवण झाले; पण गप्पा काही संपल्या नाहीत; पण वेळेअभावी त्या संपवाव्या लागल्या.

विभूते पती-पत्नीचे काम मला एखाद्या संताच्या कामासारखेच वाटले. किती जणांचे जीव वाचवायचे... किती जणांना उभे करायचे...

दोघांना, त्यांच्यातल्या परोपकारी वृत्तीला नमस्कार करून मी खारघरकडे निघालो. असे 'सेवास्नेही-प्रिय' असणारे अनेक चेहरे आपल्या अवतीभवती वाढले पाहिजेत, नाही का?

■

२३.
विवेकी चिकित्सा

मी अंधेरीच्या स्टेशनवर लोकलची वाट बघत होतो. काही माणसे काही लोकांना उचलून गाडीत बसवत होती.

माझ्या शेजारीच हा प्रकार सुरू होता. दृश्य लक्षवेधक होते. मी थोडे पुढे जाऊन पाहिले, तर भिकारी आणि वेडसर लोकांना त्या गाडीतून नेले जात होते. भिकाऱ्यांना गाडीत बसवणाऱ्यापैकी एका व्यक्तीला मी विचारले, ''कुठे नेताय या लोकांना?''

ती व्यक्ती म्हणाली, ''दवाखान्यात.''

''महापालिकेच्या का?'' मी विचारले.

''नाही, खासगी दवाखान्यात.''

त्या लोकांना कुठे नेले जात आहे, नेणारी माणसे कोण आहेत, याविषयीची माहिती गप्पांच्या ओघात मला मिळाली. त्या लोकांना घेऊन जाणारी गाडी पुढे गेली. माझ्याशी बोलणाऱ्या व्यक्तीबरोबर मी त्या खासगी दवाखान्याच्या दिशेने निघालो. अंधेरी स्टेशनजवळ तो दवाखाना होता. मी ज्या व्यक्तीबरोबर दवाखान्यापर्यंत आलो होतो त्या व्यक्तीचे नाव पाणिनी वकील. एका खासगी कंपनीत काम करणारे पाणिनी यांना सेवाभावी कामातही रुची आहे.

पाणिनी म्हणाले, ''मधुमेहाने मला वीस वर्षांपासून अक्षरशः खाऊन टाकले होते. माझे पाय नासून गेले होते. माझी बायको आणि मुलगी रोज माझ्या पायातला गळणारा पांढरा स्राव पुसून काढायच्या. असे वाटायचे, आपले आयुष्य संपले

आता. पाय कापून टाकण्याचा सल्ला अनेक मोठ्या डॉक्टरांनी दिला होता. जवळ पुरेसा पैसा नव्हता. अशातच एका मित्राच्या सल्ल्याने मी डॉ. विवेक यांच्याकडे गेलो. त्यांनी 'प्राकृतिक चिकित्से'च्या माध्यमातून मला बरे केले.

"माझ्याकडून एकही पैसा घेतला नाही.''

पाणिनी यांची कहाणी ऐकून आणि त्यांच्या मोबाइलमधील त्यांच्या पायाचे जुने फोटो पाहून त्यांना सोसाव्या लागलेल्या गंभीर परिस्थितीची मला कल्पना आली.

पाणिनी पुढे सांगू लागले, ''विवेक यांच्या अनेक सेवाभावी उपक्रमांशी मी जोडला गेलो आहे. आठवड्यातून दोन दिवस मुंबईतल्या अनेक भागांतून भिकारी, वेडे यांना दवाखान्यात आणायचे... त्यांच्यावर इलाज करायचा... त्यांना परत त्यांच्या पूर्वीच्या ठिकाणी पोहोचवायचे... हे सुरूच आहे.''

आम्ही दवाखान्यात पोहोचलो. पाणिनी यांनी माझी डॉ. विवेक मुरलीधर बेंडाळे यांच्याशी ओळख करून दिली. विवेक एका रुग्णाला तपासण्याच्या, त्याची 'चिकित्सा' करण्याच्या कामाला लागले.

दरम्यान, मी तिथल्या काही फाईल पाहू लागलो. मी पाहत असलेल्या फाईल या केवळ फाईल नव्हत्या; तर 'प्राकृतिक चिकित्से'चा (नॅचरोपॅथी) तो दस्तावेजच होता. 'तुम्ही आता आयुष्यभर निकामी झालात,' अशा आशयाचा शिक्का ज्यांच्यावर औषधोपचारांनंतरही आधीच्या डॉक्टरांकडून मारला गेला होता अशा किती तरी रुग्णांना डॉ. विवेक यांनी बरे केल्याचे त्या फायलींमधून कळत होते. लकव्यामुळे कुणाचा हात गेला आहे... मधुमेहामुळे कुणाचा पाय गेला आहे...

हे रुग्ण अमेरिकेपासून ते गडचिरोलीपर्यंतचे होते.

रक्तपुरवठा खंडित होऊन शरीराचे अनेक भाग व निकामी झालेले अवयव आपल्या चिकित्सेच्या माध्यमातून विवेक यांनी दुरुस्त केले असल्याचे समजले. तिथे असणाऱ्या अनेक रुग्णांकडून विवेक यांच्या कामाचे कौतुक ऐकले. समीरण राघव हे त्यांपैकी एक. समीरण म्हणाले, ''मुलगा आणि सून डॉक्टर असतानाही माझ्या जगण्याचा मार्ग खुंटल्यासारखे झाले होते. दहा वर्षांपासून मी एका जागी पडून होतो. आता चालतोय... फिरतोय...''

तिथे असणाऱ्या इतरही रुग्णांनी मला या उपचारांबद्दल काही ना काही नवीन माहिती दिली.

'मी गरीब असल्यामुळे माझा इलाज मोफत केला गेला. घरी जाण्यासाठी मला पैसेही देण्यात आले,' असे सांगणारेही काही रुग्ण त्यांत होते.

विवेक हे मूळचे धुळ्याचे. वडील मुंबईत 'श्रीराम मिल'मध्ये गिरणीकामगार होते. विवेक यांचे शिक्षण अभियांत्रिकीत झाले आहे! सतत दुखणाऱ्या हातापायांना बाहेरून लावण्यात येणारे विशिष्ट प्रकारचे साहित्य तयार करणे आणि ते बसवणे अशा प्रकारचे काम विवेक यांनी सुरू केले. त्यानंतर या साहित्याऐवजी असे दुखणारे हात-पाय चिकित्सेच्या माध्यमातून कायमचे बरे होऊ शकतात, असा अनुभव आल्यानंतर विवेक ते काम करू लागले. त्यात त्यांना चांगले यश मिळू लागले.

जपानमध्ये सिआसू, अमेरिकेत कॉरो फॅक्टर, चीनमध्ये ॲक्युप्रेशर, ॲक्युपंक्चर अशा थेरपी ते शिकले. विवेक म्हणाले, "या तिन्हींपैकी केवळ एकच थेरपी केली तर माणूस बरा होत नाही. तिन्ही थेरपी कराव्या लागतात, असे अनेक रुग्णांवर केलेल्या थेरपींवरून माझ्या लक्षात आले. मी या तिन्ही थेरपी एकत्रित करून माझी 'डी टक' ही थेरपी विकसित केली. या विषयात उच्च पदवी तर घेतलीच. शिवाय, दोन वर्षं थायलंडच्या विद्यापीठात संशोधन करून डॉक्टर झालो. गँगरिन, न्यूरोपथी, व्हेरिकोज् व्हेन्स यांविषयी मी अनेक प्रयोग केले आहेत. खरे तर, ज्यांच्यावर उपचारही नाहीत असे दीडशहून अधिक आजार आहेत. मात्र 'प्राकृतिक चिकित्साशास्त्रा'च्या माध्यमातून अनेक व्याधींवर इलाज होऊ शकतो."

विवेक म्हणाले, "माझी आई कमल हिने मला एक शिकवण दिली होती. ती म्हणायची, 'तू लोकांचे आशीर्वाद घेण्यासाठी काम करायला पाहिजेस.' बरे झालेले अनेक रुग्ण आज जेव्हा देव समजून माझ्या पाया पडू पाहतात तेव्हा तेव्हा मला माझ्या आईचा चेहरा आठवतो. आई-बाबा आज हे पाहायला हवे होते."

दवाखान्याच्या शेजारीच विवेक यांचे घर आहे. आम्ही दोघे त्यांच्या घरी गेलो. विवेक यांची पत्नी संध्या, मुलगा निमेश, मुली मंदिरा, काश्मिरा, भाऊ राकेश...सर्वांनी स्वागत केले. जेवायचा आग्रह झाला. जेवतानाही गप्पा झाल्या.

दवाखाना उभारताना आलेल्या अडीअडचणी संध्या यांनी सांगितल्या.

विवेक यांची तिन्ही मुले नॅचरोपॅथीमध्ये करिअर करणार आहेत. भाऊ राकेश विवेक यांच्यासोबतच काम करतात. संध्या घरीच औषधी तयार करण्याचे काम करतात. असे सगळे कुटुंब पीडित माणसांना उभे करण्याच्या कामाला

लागलेले आहे. विवेक यांना रुग्णांवर उपचार करण्यात जेवढी रुची होती, त्यापेक्षा जास्त रुची त्यांना सामाजिक उपक्रम राबवण्यात होती. येणाऱ्या माणसांच्या चेहऱ्यावर हसू पाहण्याचा त्यांनी जणू विडाच उचलला होता.

विवेक बोलताना सहज म्हणाले, ''मला शहरापासून दूर एक मोठे नॅचरोपॅथी सेंटर उभारायचे आहे. त्या सेंटरच्या माध्यमातून मी अनेक पीडितांची सेवा करू शकेन; पण खूप आर्थिक अडचणी आहेत.'' त्यावर विवेक यांच्या दोन्ही मुली भावनिक होऊन म्हणाल्या, ''बाबा, नका काळजी करू; आपण लवकरच ते सेंटर सुरू करू.''

विवेक यांच्या 'विवेकी चिकित्सा'ने केलेले प्रयोग सामाजिक स्वास्थ्यासाठी फार महत्त्वाचे आहेत, असे मला वाटते.

■

२४.

माणुसकीचे देणे

माझे मित्र डॉ. रवींद्र तांबोळी यांनी अनिवासी नांदेडकर नावाचा एक व्हॉट्सअप ग्रुप बनवला आहे. त्यात मूळचे नांदेडचे असलेले आणि वेगवेगळ्या क्षेत्रांत कार्यरत असणारे अनेक जण आहेत. त्या ग्रुपमध्ये मीही आहे. त्या दिवशी मी पुण्यात असताना त्या ग्रुपवर एक पोस्ट पाहिली. प्रीतम गंजेवार आणि गजानन गंजेवार या दोन भावांनी मिळून अनेक सामाजिक उपक्रम हाती घेतले आहेत. त्या उपक्रमांचा आज एक कार्यक्रम आयोजित केला आहे. खरेतर गंजेवार भावांसाठी लिहिलेली ती पोस्ट मन हेलावून टाकणारीच होती. या कार्यक्रमाला आपण जायचेच, असे मी ठरवले.

दुपारपर्यंत कार्यालयीन कामे संपवली आणि मी बालगंधर्वच्या समोर असलेल्या गंजेवार यांच्या कमला आर्केड येथील कार्यालयात पोहोचलो. कार्यक्रम सुरू झाला होता. एक बाई समोर उभे राहून तोंडाला पदर लावून अश्रू पुसत बोलत होती, ''मी रोज चारघरची धुणी-भांडी करते. मला पाच मुले आहेत. माझे यजमान रेल्वेस्टेशनवर हमालाचे काम करायचे, दारू पिण्यामुळे ते गेले. झोपडपट्टीच्या वातावरणात मुले वाढली. मुले कधीही शिकू शकणार नाहीत, अशी स्थिती होती. प्रीतमदादाने माझ्या मुलाचे पालकत्व स्वीकारले आणि माझा मुलगा इंजिनियर झाला.'' नवऱ्याची आठवण, मुलांचे यश यामध्ये ती महिला खूप भावनिक होऊन गेली. एक एक करून अनेक जण प्रीतम यांना घेऊन भरभरून बोलत होते.

कार्यक्रम संपला. सर्वजण आपापल्या घरी गेले. मी त्या दोन्ही गंजेवार भावांकडे गेलो, त्यांना काहीही न बोलता मिठी मारली. त्यांना वाटले, मला कार्यक्रमाला येण्यासाठी उशीर झाला आणि मी कुणीतरी मदत घेतलेला लाभार्थी आहे. त्यांना मी माझी ओळख सांगितली. त्या दोन्ही भावांनी माझे प्रेमपूर्वक स्वागत केले. मी म्हणालो, "किती ही तुमची सेवा, तुम्ही मदत केलेल्या सर्व लोकांचे ऐकून मीही भावुक झालो होतो. प्रीतम म्हणाले, "आई-वडिलांनी आम्हाला शिकवले आहे, लोकांचे आशीर्वाद घेण्यासाठी काम करायचे." मी मध्येच म्हणालो, "पण एवढा खर्च कसा करायचा? का करायचा? हा प्रश्न आहेच ना!" प्रीतम म्हणाले, "नांदेडला माझ्या घराच्याजवळ गुरुद्वारा आहे. त्या गुरुद्वारात येणारा प्रत्येक शीख बांधव आपल्या कमाईमधील पंचवीस ते तीस टक्के कमाई गुरुघरी दान करतो. त्या दान केलेल्या पैशांतून लाखो जणांची चूल पेटते. अशा माणुसकीच्या देण्याचे संस्कार नेहमी आमच्यावर पडले आहेत."

प्रीतम आणि गजानन या दोघांनी मिळून राज्यात गेल्या दहा वर्षांपासून तीन उपक्रम हाती घेतले आहेत. एक - गरजू मुलांना पुस्तक, वह्या, पेन्सिल-पेन आणि सायकल देणे. दोन - आरोग्याच्या अनुषंगाने लोकांना मदत करणे, मदत मिळवून देणे. तीन - तिरुपतीला विमानाने लोकांना घेऊन जाणे. हे तीन मोठे उपक्रम राबविण्यामध्ये भावनिक कारण आणि संस्कारही होते.

प्रीतम मला सांगत होते, ''मी नांदेडच्या गुजराती हायस्कूलचा विद्यार्थी, वडील छोटेसे किराणा दुकान चालवायचे, आई शिवणकाम करायची. अनेक वेळा अभ्यासासाठी पुस्तक, वही मिळायची नाही. कधी एखादी वही-पुस्तक मिळाले तर आनंद व्हायचा. मी तेव्हाच ठरवले होते, की जेव्हा मी कमावता होईन, तेव्हा किमान चार मुलांना तरी वही-पुस्तकांसाठी आधार देण्यासाठी पुढाकार घेईन. आज ती संख्या चार हजारांच्या घरात आहे. सायकलचे पण तेच आहे. आम्हाला कधी सायकल मिळाली नाही. मिळाली ती खूप उशिरा आणि दोघांत एक.''

मी मध्येच म्हणालो, ''तुम्ही हे विद्यार्थी निवडता कसे? त्यांच्यापर्यंत ही मदत देता कशी?" प्रीतम म्हणाले, "आमचे संपूर्ण राज्यात नेटवर्क आहे. आम्ही शाळा सुरू होताना सर्व ठिकाणी आवाहन करतो. आमच्याकडे नावे येतात."

मी मागचे सर्व अल्बम पाहत होतो. मागच्या दहा वर्षांत या दोन्ही भावांनी मिळून प्रीतम फाउंडेशनच्या माध्यमातून हजारो विद्यार्थ्यांना मदत केली.

मी गजानन यांना विचारले, “तुम्ही आरोग्यासाठी लोकांना मदत करता ते कसे? हलाखीची परिस्थिती माणसाला अनेक विषय शिकवते.“ गजानन म्हणाले, “आमच्या आवतीभोवती योग्य वेळी उपचार न होणे आणि उपचारासाठी आर्थिक परिस्थिती नसणे, यांमुळे अनेक जण दगावल्याचे मी पाहिले आहे. त्यातून आम्ही ही आरोग्यसेवा सुरू केली. आज रोज किमान दहा जण तरी रुग्णसेवेबाबत मदत घेण्यासाठी आमच्याकडे येतात. परवाचाच विषय आहे, माझा आर. एन. इंगोले नावाचा मित्र आहे. त्याच्या मुलाचा डोळा कॅन्सरने पूर्णपणे खराब झाला होता. त्याचे उपचार आता होणार नाहीत, असे अनेक डॉक्टरांनी सांगितले होते. आम्ही त्या मुलाला दीनानाथ रुग्णालयात डॉ. सुजीत निलेगावकर यांच्याकडे नेले. तीन दिवस आम्ही सर्वांनी सर्व ताकत लावली. आज तो मुलगा पूर्णपणे बरा होण्याच्या मार्गावर आहे.” त्या मुलाचा विषय सांगताना गजानन खूप भावुक झाले होते. प्रीतम म्हणाले, “गरजू-गरीब व्यक्ती आमच्याशी आरोग्य या विषयाला घेऊन जोडली गेली, की आम्ही त्या व्यक्तीला पूर्णपणे मदत करतो.”

मी म्हणालो, “तिरुपतीच्या दर्शनाचा नेमका काय विषय आहे? प्रीतम म्हणाले, मी आज उद्योजक म्हणून सर्वांना परिचित आहे; पण माझी सुरुवात पाटील कन्स्ट्रक्शनमध्ये ऑपरेटर म्हणून झाली. माझा पहिला पगार झाल्यावर मी माझ्या आई-वडिलांना विमानातून तिरुपतीला घेऊन गेलो. तिरुपती आमचे कुलदैवत. मला आणि आई-वडिलांना या देवदर्शनाने खूप आनंद झाला. मी विचार केला, अशी अनेक मुले, आई-वडील या आनंदापासून वंचित राहिले असतील. हे मी माझ्या आईला बोलून दाखवले. आई म्हणाली, ‘आपण अशा अनेक आई-वडिलांना तिरुपती दर्शन करायचे ठरवले तर काहीही अशक्य नाही, त्यांचा भरभरून आशीर्वाद मिळेल.’ आईने फक्त इशाऱ्याने मार्ग दाखवला. तेव्हापासून आजपर्यंत दरवर्षी अनेक मित्रांच्या मदतीने किमान दोनशे जणांना तरी आम्ही विमानाने तिरुपती दर्शनासाठी घेऊन जातो. जेव्हा ते सर्वजण तिरुपतीचे दर्शन घेऊन येतात, तेव्हा त्यांच्या आनंदी चेहऱ्यावर साक्षात तिरुपतीचे दर्शन होते.” ते दोघेही जण या तिन्ही उपक्रमांना घेऊन आलेले खूप अनुभव मला सांगत होते. मी म्हणालो, “मला तुमच्या आई-बाबांना भेटायचे आहे.” प्रीतम म्हणाले, “आई-बाबा घरी नांदेड सिटीला राहतात.” मी म्हणालो, “चला मग जाऊ या.” तेही लगेच ‘हो’ म्हणाले. आम्ही घरी जाईपर्यंत आमच्या गप्पा सुरू होत्या.

आम्ही घरी गेल्यावर प्रीतम यांची आई मंगल आणि वडील नंदकुमार या दोघांनी माझे स्वागत केले. आई-बाबांच्या संस्काराचा थोडासा गंध माझ्या मनाला चिकटेल, असा विचार करत मी त्यांच्या पायावर माझे मस्तक टेकवले. त्या घरात शिल्पा, गिरिजा या दोन वहिनी आणि त्यांची प्रत्यूष, प्रियांश, गीतांश अशी तीन मुले होती. आनंदाने भरलेले ते घर होते. आमच्या गप्पा सुरू असताना शिल्पा वाहिनीने खिचडी, भजी, कढीचे ताट पुढे ठेवले. जेवणाला एकदम 'नांदेडी' स्वाद येत होता.

आई-बाबांसोबत माझे बोलणे सुरू झाले. दोघेही मुलांना घेऊन भरभरून बोलत होते. मागचे सर्व दिवस आठवून आईला अनेक वेळा भरून येत होते. दोन्ही मुले आणि बाबा आईची समजूत काढत होते. त्या घरात प्रेमाचा एक सूर होता, म्हणून बाहेर हे दोन्ही भाऊ आपला सेवाभावी ठसा उमटवत होते, हे मला जाणवत होते.

मी त्या घरातून जाण्यासाठी बाहेर पडलो. सर्वजण मला सोडायला बाहेर आले. माझ्या पाठीवरून हात फिरवताना आई म्हणाल्या, "बाबा, माझी दोन्ही मुले खूप लहान आहेत, त्यांना लोकांचे आशीर्वाद घेण्यासाठी मदत कर." मी होकारार्थी मान हलवली. मी रस्त्याने जाताना विचार करीत होतो, प्रत्येक व्यक्ती गरिबी पाहते, संकटाला तोंड देते, त्यातून उभी राहते. पुढे आपल्या अनुभवातून इतरांना गरिबी आणि संकटाच्या वेळी ती मदत का करीत नसेल? आपण माणुसकीचे काही तरी देणे लागतो, हे ती का विसरते? माणुसकीचा झरा प्रत्येकाच्या मनात वाहतच असतो, त्याला कुठल्या प्रवाहात, कसे सोडायचे ते आपल्या हातात आहे, नाही का? आपण सारेजण प्रीतम, गजानन होऊ या!

■

२५.

वंचितांचे पसायदान

नयन बाराहाते गेले आणि माझे सर्वस्व कुणीतरी हिरावून घेतले, असे मागच्या अनेक दिवसांपासून मला वाटत आहे. नयनच्या चितेला अग्नी देताना माझ्या हातांचा थरकाप उडाला होता. नयनला थोडेही गरम वातावरण चालायचे नाही. त्यामुळे एवढ्या मोठ्या आगीत नयनच्या शरीराचे काय होईल, असा मनात विचार येऊन मी अंत्यसंस्काराच्या वेळी खूप रडत होतो. नयन गेल्यावरचे ते काही दिवस एखादे भयाण संकट काळ आपल्यावर कोसळल्याची माझी भावना होती.

काही भेटीगाठी करीत बीडमार्गे पुण्याला जाण्याचा निर्णय मी घेतला आणि निघालोही. डोक्यात एकच विचार होता, नयनचे आपण सर्व केले, कोणती अडचण त्याला येऊ दिली नाही, तरीही नयन आपल्याला सोडून कायमचा निघून गेलाच. बीडच्या अगदी जवळ गेल्यावर रस्त्याने जाताना बाहेर गार वारा सुटला होता. भरून आलेल्या ढगांनी वातावरणात एकदम बदल केला होता. बाहेरच्या त्या वातावरणाकडे माझे एकदम लक्ष गेले. मी गाडीच्या काचा उघडत, आभाळावरून खाली जमिनीवर नजर टाकली. तेव्हा रस्त्याच्या एका बाजूला अनवाणी जाणारी काही मुले मला दिसली. ती मुले काहीतरी गाणे गुणगुणत होती. गाडी थांबवून मी गाडीच्या बाहेर आलो. त्या मुलांकडे पाहत एकदम बीडच्या स्टाईलमध्ये त्यांना जोरदार आवाज दिला. "ये राजा, कुठे चाललात, मला रस्ता सांगा, मला बीडला जायचे आहे." ती मुले न घाबरता माझ्याजवळ आली.

मला माहिती असतानाही बीडकडे जाणारा रस्ता कोणता आहे, असे मी त्यांना विचारले. एका मुलीने मला रस्ता दाखवला. मी त्या मुलीला म्हणालो, “कुठल्या गावाची आहेस तू.” तिने मला केज तालुक्यातले वेलगाव असे तिच्या गावाचे नाव सांगितले. मी परेशान झालो. एवढ्या दूर पायी कसे काय? ती मुलगी मला म्हणाली, “मी खडकीगाव म्हणजे येथे बाजूलाच ‘पसायदान’ नावाच्या संस्थेमध्ये राहते. माझी शाळा ढेकणमोह या गावात आहे.” मग माझ्या सर्व काही लक्षात आले. त्या मुलीसह सोबत असणाऱ्या सर्व मुला-मुलींमध्ये कमालीचा उत्साह, आत्मविश्वास होता.

अंगावर मळकट कपडे, काहींच्या पायात चपला नाहीत, काहींना दप्तर नाही, पण जेव्हा मी त्यांच्या डोळ्यात पाहत होतो ना, तेव्हा त्या डोळ्यात कमालीची चमक होती. मी त्या मुलांसोबत पायी-पायी जात होतो. माझा चालक गाडी आमच्या मागे-मागे घेऊन येत होता. थोडे पुढे गेल्यावर मला प्रकल्प दिसत होता. पसायदान सेवा प्रकल्प, वंचितांचे हक्काचे घर, असे तिथल्या एका बोर्डवर लिहिले होते. मी ज्या मुलीला पहिल्यांदा बोललो होतो, त्या मुलीचे नाव नंदिनी. तिने बोलताना मला तिला पाठ असलेल्या अनेक कविता म्हणून दाखवल्या. मीही मला येणारी अनेक गाणी त्या मुलांना म्हणून दाखवली. त्या तासाभरात आमची गट्टी जमली. गाणे झाल्यावर, जेव्हा आम्ही गप्पांमध्ये रंगलो तेव्हा थक्क होणारे वास्तव माझ्या पुढे आले. नंदिनी मला सांगत होती, “भांडणामधून रागारागाने माझ्या वडिलांनी फाशी घेतली. त्यानंतर माझे आख्खे घर तुटले. पुन्हा काही दिवसांत मी या प्रकल्पावर शिकायला आले.” नंदिनी मला सहज सांगत होती, मात्र माझे मन अगदी सुन्न झाले होते. सूरज नावाचा एक पाचवीत शिकणारा मुलगा मला म्हणाला, “बाबाने आईला जीवानिशी मारले, बाबा जेलमध्ये गेले. मामा-मामी म्हणाले, तुझ्या वडिलांनी आमच्या लेकीला मारले. त्यामुळे तू आमच्यासाठी मेला. त्या दिवसापासून मी इथे ‘पसायदान’ मध्ये आहे.”

माझ्यासोबत असणाऱ्या त्या मुला-मुलींच्या घोळक्यात कुणाचे वडील शेतकरी होते, नापिकीमुळे त्यांनी आत्महत्या केलेली. कुणाचे आई-वडील दोघेही कोविडमध्ये गेले. कुणाचे वडील, कुणाची आई कैदी म्हणून जेलमध्ये शिक्षा भोगत आहेत. प्रत्येकाच्या वाट्याला दुःख आणि दुःखच, असे चार-दोन जण नव्हते तर त्या ‘पसायदान’ प्रकल्पावरचे सर्वजण असेच पीडित होते. आमच्या गप्पांच्या ओघात आम्ही ‘पसायदान’ प्रकल्पावर कधी आलो, हे

समजलेच नाही. त्या सर्व मुलांनी माझी ओळख तो संपूर्ण प्रकल्प उभा करणारे गोवर्धन निवृत्ती दराडे यांच्याशी करून दिली. मी त्यांना माझी ओळख सांगितल्यावर "तुमचे बरेच साहित्य मी वाचले," अशी बोलकी प्रतिक्रिया गोवर्धन यांनी दिली.

त्यांनी उभे केलेले काम आणि त्या कामाचा झालेला इतिहास पाहून मी एकदम थक्क झालो. प्रचंड गरिबीतून निर्माण झालेल्या जाणिवेतून २००९ मध्ये 'पसायदान'ची सुरुवात गोवर्धन यांनी केली. एक हजारापेक्षा अधिक वंचितांची मुले काहीतरी करण्यासाठी स्वतःच्या पायावर उभी केली आणि त्यांचा प्रवास अजून सुरू आहे. संत ज्ञानेश्वर महाराजांनी निसर्गाकडे 'पसायदाना'च्या माध्यमातून संपूर्ण मानवतेच्या कल्याणाची मागणी केली. तसेच काम 'पसायदान'च्या माध्यमातून गोवर्धन यांनी सुरू करून वंचितांच्या अनेक मुलांचे कल्याण केले होते. पसायदानात 'येणे वरे ज्ञानदेवो, सुखिया झाला' असे आहे ना..! तसे गोवर्धन यांचेही होते. गोवर्धन यांनी अनेक वंचितांच्या मुलांना उभे करून 'आत्मिक' आनंद मिळवला होता. पुन्हा मी नयन बाराहाते यांच्या आठवणींमध्ये बुडालो. नयन यांनीही अशा अनेक वंचितांच्या मुलांना स्वतःच्या पायावर उभे करण्यासाठी पुढाकार घेतला होता. ते सगळे चित्र माझ्या डोळ्यांसमोर येत होते आणि माझ्या डोळ्यांतून आपोआप अश्रू येत होते. गोवर्धन यांना मी नयनचे जाणे याबाबत सांगितले. तेव्हा ते मला म्हणाले, "मी नयन बारांहाते यांच्याविषयी सुनीता नागरे यांच्याकडून ऐकले होते." मी पुन्हा गोवर्धन यांना 'पसायदान' या विषयाकडे आणले.

मी गोवर्धन यांना म्हणालो, "कुठलेही अनुदान नसताना तुम्ही हा प्रकल्प चालवता कसे?" गोवर्धन हसून म्हणाले, "आपण जर लोकांचे आशीर्वाद घेण्यासाठी काम करण्याचे ठरवले तर निसर्ग आपल्याला काहीही कमी पडू देत नाही. अनेक जण मदत करतात." गोवर्धन आपले एक एक अनुभव मला सांगत होते. मी थक्क होऊन ऐकत होतो. "मी ऊसतोड कामगाराचा मुलगा, मोठा झाल्यावर मी ऊस तोडण्यासाठी जायचो. ना शाळेचा गंध, ना शिक्षणाचा, ते पाच महिने त्या ऊसतोड कामगारांसाठी सर्व काही असतात. आणि त्या ऊसतोड कामगारांच्या मुलांचे सर्वकाही घेऊन जातात. बीड जिल्ह्यात ऊसतोड कामगारांचे प्रमाण ऐंशी टक्के आहे. खूप मुले शिक्षणापासून वंचित असतात. त्यातूनच पुढे 'ढकलपास' ही मोहीम सर्रासपणे राबवली जाते. गेल्या कित्येक वर्षांपासून या

ऊसतोडीमुळे बीड जिल्ह्यात किती पिढ्या बरबाद झाल्यात काय सांगावे? आपल्यावर जी बितली, आपल्या वाट्याला दुःख आले, ते दुःख अनेक वंचितांच्या वाट्यातून पुसावे यातून मी 'पसायदान'ची सुरुवात केली. माझे वडीलसुद्धा मी लहान असताना रात्रीच्या वेळी अनेक मुलांना शिकवायचे. वडील तेव्हाही म्हणायचे आणि आताही म्हणतात, एखाद्याला शिक्षित करण्याएवढे पुण्य कशातही नाही."

मी जेव्हा त्या मुलांना बोलत होतो, तेव्हा ते भावनिक होऊन आपल्या नातेवाईकांच्या आठवणीत बुडून जायचे. मला अमुकअमुक काहीतरी व्हायचे, असेही ते सांगायचे. आम्ही बोलत असताना एकदम जोराचा पाऊस येतो. त्या पत्र्यावर पडणाऱ्या, खाली गळणाऱ्या पावसामुळे मी जरा घाबरलो. थोडी काळजी गोवर्धन यांच्या चेहऱ्यावरही होती. मात्र मुले एकदम बिनधास्त होती. आपल्या डोळ्यांसमोर आई-वडील गेले, कितीतरी दुःख पाहिले, त्यात हे दुःख काय, असेही असेल. राहायला जेमतेम पत्र्याचे छप्पर, किती दिवस खाण्यासाठी राशन आहे, हे माहिती नाही. असे असताना गोवर्धनसह सर्व मुलांचे बिनधास्तपणे जगणे कमालीचे ऊर्जा देणारे होते. वडिलोपार्जित असणारी थोडी शेती, घर विकून 'पसायदान'च्या कामाला सुरुवात करणाऱ्या गोवर्धन यांच्या हिमतीला दाद द्यावी लागेल. अलीकडे कोरोनामुळे थोडीबहुत येणारी मदतही थांबली आहे.

गोवर्धन यांची पत्नी रंजना, आई चंद्रभागा, बाबा निवृत्ती, पवन व रोहन ही दोन्ही मुले या सर्वांची भेट झाली. सर्व जणांची धडपड 'पसायदान'साठी. आई-बाबांना गोवर्धनचा खूप आभिमान वाटतो. गोवर्धन यांच्या आई चंद्रभागा म्हणाल्या, "माझा मुलगा म्हणजे संत आहे हो, किती खस्ता खाऊन त्यांनी हे सर्व उभे केले आहे, काय सांगावे. स्वतः उपाशी राहून अनेक वेळा त्यांनी मुलांना घास भरवला आहे." मी 'पसायदान' मधून निघालो, चार-पास तास माझ्याशी एकाग्र होऊन बोलणाऱ्या मुलांच्या डोळ्यांत मी जाताना पाणी आले होते. आपल्याला पावलोपावली अनेक वंचित भेटतात, त्यांच्यासाठी असे 'पसायदान', असे गोवर्धन समाजातल्या प्रत्येक भागात आवश्यक आहेत.

■

२६.
ऐतिहासिक मित्रमंडळ

भ्रमंती वाचून फोन, मेल करणारे अनेक जण आहेत. काही निवडक लोकांच्या फोनची प्रतीक्षा मलाही असते. त्यात पुण्याच्या मराठवाडा मित्रमंडळ कॉलेजचे उपप्राचार्य रमेश पंडित यांचा समावेश असतो. ते फोन करून नेहमी सांगायचे, तुमच्या लेखानंतर आम्ही त्या व्यक्तीला, संस्थेला मदत केली. पंडित सर यांचा फोन म्हणजे माझ्या कामाची पावती असते. ते फोन ठेवताना नेहमी म्हणायचे, "आमच्या संस्थेचे प्रमुख, प्राचार्य भाऊसाहेब जाधव हे आपल्याला भेटू इच्छितात, आपण कधी येताय." त्या दिवशी मी पुण्यात होतो. मी ठरवले. आज जाधव सरांची भेट घ्यायचीच.

मी, अनिकेत मोरे, नितीन खरात आम्ही पुण्यातल्या डेक्कन जिमखाना भागातील मराठवाडा मित्रमंडळ संस्थेमध्ये जाऊन पोहोचलो. जाधव सरांची मीटिंग सुरू होती. त्यांना भेटण्यासाठी अनेक जण आले होते. त्यामध्ये एक तरुण माझे लक्ष वेधून घेत होता. मी सोबत असलेल्या पंडित सरांना म्हणालो, "सर ही सगळी मंडळी कशासाठी आली आहेत." पंडित सर म्हणाले, "लोकांचे आशीर्वाद घेण्यासाठी काम करायचे ही संस्थेची परंपरा आहे. त्याची पावती म्हणून हे सर्व जण जाधव सरांना भेटायला आले आहेत." माझ्यासमोर हार, पेढ्यांचा बॉक्स घेऊन एक तरुण बसला होता. मी त्याच्याशी बोलायचा प्रयत्न केला, पण तो खुलत नव्हता. पंडित सर त्या युवकाला म्हणाले, ''अरे राजा, तू मोकळेपणाने बोल, ते आपल्या परिवारातले आहेत.'' त्यानंतर माझे आणि त्या

युवकाचे बोलणे सुरू झाले. आमचा संवाद झाल्यावर आजूबाजूचे अनेक जण म्हणत होते, "आम्ही देखील जाधव सरांचे आभार मानायला आलोय."

मी ज्या युवकाशी बोलत होतो, त्याचे नाव आशिष बसवराज औटी. आता तो मुरूम (ता. उमरगा, जि. उस्मानाबाद) येथे राहतो. त्याचे मूळ गाव आष्टा कासार, (ता. लोहार, उस्मानाबाद) आहे. आशिष सांगत होता, "अगोदर आई आणि मग बाबा दोघेही आम्हाला सोडून गेले. आम्ही दोन भाऊ आणि एक बहीण असे तिघे जण. बहीणही आजाराने आम्हाला सोडून गेली. मी लहान असल्यामुळे माझ्या आईच्या आईवडिलांकडे मुरूमला राहायला गेलो. माझा भाऊ गावीच आजी-आजोबांकडे होता. भाऊ छोटे-छोटे काम करीत पुण्यात चालक म्हणून काम करतोय. माझ्या आजी-आजोबांनी पोटाला चिमटा देत मला बारावीपर्यंत शिकवले. बाकी उच्च शिक्षण घेण्याचा काहीही संबंध नव्हता. अनिता साखरे या माझ्या मावशीने मला मराठवाडा मित्रमंडळ या संस्थेविषयी सांगितले. मी शोध घेतला. जाधव सरांची भेट घेऊन मी माझी सर्व परिस्थिती त्यांना सांगितली. मला त्यांनी जवळ घेऊन माझ्या पाठीवर हात फिरवला. मला विचारले, 'काय बनायचे आहे तुला.' मी त्यांना म्हणालो, 'मला इंजिनिअर व्हायचे आहे.' त्यांनी पाठीवरून हात फिरवल्यावर असे वाटले दहा हत्तीचे बळ अंगात संचारले. त्यांनी एका व्यक्तीला बोलावले आणि त्यांना सांगितले 'माझा इंजिनिअरिंगला प्रवेश, वसतिगृहात राहण्याची मोफत व्यवस्था तातडीने करून द्यावी.' ते एवढ्यावर थांबले नाहीत, तर त्यांनी मला सांगितले, तुला कधी वाटले माझी मदत घ्यावी, तर थेट माझ्याकडे ये. परवा माझा पहिल्या वर्षाचा निकाल लागला. मी प्रथम श्रेणीमध्ये पास झालो. पहिला फोन सरांना केला. सर म्हणाले, 'तू माझे स्वप्न साकार केलेस. उद्या कार्यालयात भेटायला ये' आणि मी आज आलो."

आमचा संवाद सुरू असताना आशिष अनेक वेळा भावुक झाला होता. तेवढ्यात सर आले. तिथे असणाऱ्यांपैकी अनेकजण जाधव सरांना मिठी मारत होते, कुणी त्यांचे आशीर्वाद घेत होते. अनेक जणांच्या डोळ्यात आनंदाश्रू होते.

पंडित सरांनी माझी सरांशी ओळख करून दिली. आशिष माझा निरोप घेऊन वसतिगृहाकडे निघाला आणि आमच्या निवांतपणे गप्पा सुरू झाल्या. सरांच्यासोबत असणारे संस्थेचे दुसरे पदाधिकारी टी. पी. निवळीकर सांगत होते. आमच्या संस्थेची १९८३ पासूनची परंपरा आहे. जे अनाथ आहेत, ज्यांना कुणी

नाही, ज्यांची आर्थिक परिस्थिती बिकट आहे, आत्महत्या केलेल्या शेतकऱ्यांची मुले, आमच्या संस्थेत पहिलीपासून पूर्ण शिक्षण होईपर्यंत, नोकरी लागेपर्यंत या संस्थेत असतात. माजी मंत्री व मराठवाड्याचे नेते दिवंगत शंकरराव चव्हाण, विलासराव देशमुख यांच्या संकल्पनेतून गरीब, ज्यांना कुणीच नाही विशेषतः मराठवाड्यातल्या मुलांसाठी 'मराठवाडा मित्र मंडळ' या संस्थेची स्थापना झाली. 'येथे बहुतांचे हित' हा विचार घेऊन या संस्थेने काम उभे केले. दरवर्षी किमान दीड हजार युवकांना शिक्षणाच्या प्रवाहात तेही मोफत हे क्वचितच कुठे घडत असेल.

जाधव सर म्हणाले, "मी याच संस्थेत २२ वर्षे प्राचार्य होतो. संस्थेने मला सांगितले, तुम्ही सेवानिवृत्तीनंतर कुठे जायचे नाही, सेवा अशीच सुरू ठेवायची. माझे गाव लातूर जिल्ह्यामध्ये सेलू जवळगा. घरी जेमतेम परिस्थिती एका गरीब शेतकऱ्याची आपल्या मुलाबद्दल असलेली स्वप्ने काय असतात? आणि ती कशी पूर्ण होत नाहीत, हे अनुभवले आहे. म्हणून मला, माझ्या संस्थेला गरीब मुलांविषयी कळवळा आहे. कितीही गरजू मुले असतील त्यांचे पालकत्व आम्ही स्वीकारू. त्यांची सर्व मोफत व्यवस्था कर," असे जाधव सर सांगत होते. आम्ही घरी जेवायला येतो, असा निरोप सरांनी त्यांच्या पत्नी डॉ. रंजना जाधव यांना दिला. रंजना यासुद्धा याच कॉलेजमध्ये ग्रंथपाल होत्या.

सरांनी शाळा, कॉलेज, वसतिगृह मला फिरून दाखवले. डॉ. कीर्ती देशमुख, डॉ. उज्ज्वला पळसुले, डॉ. सुनील देशपांडे, डॉ. चंद्रशेखर तलाठी हे सर्व विभागांचे प्राचार्य आमच्या सोबत होते. इंजिनिअरिंग, लॉ, कॉमर्स असे अनेक प्रकारचे पदवी अभासक्रम येथे चालतात. परिसरात सर्व पाहत असताना माझी नजर मोठ्या प्रमाणावर असणाऱ्या शैक्षणिक साहित्यावर पडली. मी सरांना विचारले, "हे साहित्य कशाचे आहे." सर म्हणाले, कोकणामध्ये अतिवृष्टीमुळे अडचणीत असणाऱ्या तीन तालुक्यांतल्या शाळांना आम्ही शिक्षणासाठी दत्तक घेतले आहे. उद्या वाटपासाठी ट्रक जाणार आहेत." माझ्या लक्षात आले, ही संस्था केवळ मराठवाड्यासाठी काम करीत नाही, तर राज्यातल्या सर्व भागांसाठी काम करते. कर्वेनगर, लोहगाव, काळेवाडी या भागातही आम्ही संस्थेचे सुरू असलेले काम पहिले.

आम्ही सरांच्या घरी गेलो. काकूंनी केलेल्या जेवणाची मराठवाडी चव आणि वागण्यात मराठवाडी माया दोन्ही होते. सरांना आसावरी, धनश्री आणि

शरवू अशा तीन मुली आहेत. सेवाभावी काम करणाऱ्या अनेक व्यक्ती घराकडे दुर्लक्ष करतात, पण सरांनी घर आणि सेवाभाव दोन्ही ठिकाणी न्याय दिल्याचे पाहायला मिळत होते.

सर आणि काकू यांच्या पायावर डोके ठेवत, त्यांचे आशीर्वाद घेऊन आम्ही मुंबईच्या दिशेने निघालो. मनात एकच विचार होता, आजही अनेक माणसे, अनेक संस्था शाहू महाराज यांचा शिक्षणाचा वारसा खूप नेटाने चालवतात. हे सकारात्मक दृश्य दिलासा देऊन जाते.

■

२७.

पाठपुरावा 'लाल दिव्या'च्या स्वप्नांचा

नागपूरवरून मी निघालो. शांत रस्त्याने गाडीचा वेग हळूहळू वाढत होता. काही तरी पोटात टाकावे, या हेतूने तिथल्या ढाब्यामध्ये आम्ही पोहचलो. त्या ढाब्यावर तसा गर्दीचा पत्ता नव्हता. मी सर्व ढाब्यावर नजर टाकली. ढाब्यावर गेल्यावर एकजण मोबाईलमध्ये डोके घालून बसला होता. किचनमध्ये दोन बायका साफसफाई करत होत्या. एक बाई पीठ मळत होती. बाजूला एका खाटेवर एक मुलगा पुस्तकात डोके घालून बसला होता. आम्ही जाऊन बसलो. आम्हाला कुणीही विचारायला येत नव्हते. आवाज दिल्यावर गल्ल्यावर बसलेल्या व्यक्तीने त्या पुस्तक वाचणाऱ्या तरुणाला आमच्याकडे जायला सांगितले. छान कपडे, कपाळावर लांब गंध, गळ्यामध्ये देवीची प्रतिमा, डोळ्यांत कमालीचे तेज... त्या मुलाकडे पाहातच राहावे, असे वाटत होते. मी भानावर येत त्या तरुणाला जेवणाची ऑर्डर दिली. त्या तरुणाने जेवणाची ऑर्डर किचनमध्ये सांगितली आणि तो पुन्हा अभ्यासाला बसला. माझे पूर्ण लक्ष त्या तरुणावर होते. जेवण यायला बराच वेळ लागेल, असे दिसत होते. मी उठलो आणि त्या अभ्यास करीत बसलेल्या मुलाच्या बाजूला, त्या खाटेवर जाऊन बसलो. त्या मुलाशी मी बोलण्याचा प्रयत्न करीत होतो. तो 'हो'ला 'हो' लावत होता. बऱ्याच वेळाने तो खुलला आणि माझ्याशी बोलायला लागला.

मी ज्या मुलाशी बोलत होतो, त्याचे नाव विजय राठोड. विजय मूळचा नांदेड जिल्ह्यातील माहूरजवळच्या लखमापूर तांडा इथला. लहानपणी आई-

वडील एका अपघातात गेले. पुढे त्याने एका अनाथाश्रमात आपले शिक्षण पूर्ण केले. वाचनाची आवड असणाऱ्या विजयला पुढे आय.ए.एस. व्हायचेय.

एका मित्राच्या मदतीने तो पोहरादेवी संस्थानच्या संपर्कात आला. त्या संस्थानने सुरू केलेल्या उपक्रमातून तो आता काम करत करत शिकतोय. त्या संस्थानने विजयच्या जेवणाची, राहण्याची आणि क्लासचीही व्यवस्था केली आहे. विजय मला सांगत होता, ''मी गेल्या चार वर्षांपासून पोहरादेवी संस्थानच्या माध्यमातून शिकत आहे. माझ्यासारखे शेकडोजण इथे शिकत आहेत. ज्यांना कुणीच नाही, ज्यांना कुणाचा आधार नाही. अशा अनेकांचा हे संस्थान आधार बनले आहे. श्रद्धा, व्यवस्था, पाहिजे तसे घरपण हे सर्व विनामूल्य मिळत असेल, तर किती छान.'' विजय सांगत होता आणि मी ऐकत होतो.

मी विजयला म्हणालो, ''तू क्लास कधी करतोस आणि इकडे काम कसे करतोस?'' विजय म्हणाला, ''सध्या क्लासला सुट्या आहेत. जेव्हा क्लास असतो, तेव्हा मी इकडे रात्रीच्या वेळी काम करतो.'' मी पुन्हा विजयला म्हणालो, ''संस्थान तर सर्व सुविधा देते ना, मग पैशांची काय गरज?'' विजय म्हणाला, ''घरी आजी-आजोबा आजारी असतात. त्यांच्या इलाजासाठी लागतात. नियमित खर्च, प्रवास यासाठी चार पैसे लागतात.'' मी विजयला म्हणालो, ''आता इथून पोहरादेवी संस्थानचे अंतर किती आहे.'' विजय म्हणाला, ''पंधरा मिनिटांच्या अंतरावर आहे. मीही तिकडेच निघालोय. तुमच्या गाडीत जागा असेल तर मीपण येतो.'' ''हो चल ना,'' मी विजयला होकार दिला. आमचे जेवण झाले, मी जेवणाचे बिल दिले आणि गप्पा मारत मारत आम्ही निघालो. विजय मला सांगत होता, ''कधी कधी वाहन मिळत नाही, त्यामुळे या रस्त्याने मला पायी यावे लागते. ऊन, वारा, पाऊस याला न जुमानता ठरलेल्या वेळेत इथे यावेच लागते. माझ्यासोबतचे मित्र पास होऊन पुढे गेले. पुढच्या परीक्षेला मलाही यश येईल.''

संस्थानच्या माध्यमातून काय काय काम चालते, हे मला विजय सांगत होता. आम्ही पोहरादेवीला पोहोचलो. विजयने मला सगळे मंदिर, परिसर फिरून दाखवला. विजय मला वारंवार ॲड. पंडित राठोड यांच्याविषयी सांगत होता. ॲड. पंडित राठोड यांनी महाराष्ट्र, कर्नाटक या भागांत अनेक ठिकाणी युवकांसाठी संस्था उभ्या केल्या आहेत. ॲड. पंडित राठोड आणि त्यांचे भाऊ किशनराव राठोड या दोघांनी मिळून श्री श्री हमुलाल महाराज संस्थान आणि पोहरादेवी

संस्थानच्या माध्यमातून गोरगरिबांसाठी अनेक सेवाभावी कामे सुरू केली. तिथे असणारे मुलांचे वसतिगृह, जेवणाची व्यवस्था, ग्रंथालय सर्व काही मी पाहत होतो. राठोड बंधूंच्या प्रयत्नातून तिथे उभे केलेले काम डोळ्यांचे पारणे फेडणारे होते. राठोड बंधू, त्यांचे संस्थान, त्यांच्या सामाजिक संस्था यांच्या माध्यमातून देशात जिथे जिथे अशी सेवाभावी निःशुल्क केंद्रे चालतात त्यांची माहिती, तिथे यशस्वी झालेल्या सर्व विद्यार्थ्यांची माहिती, ते सध्या कुठल्या पदावर कार्यरत आहेत त्याची माहिती, हे सर्व मी बारकाईने पाहत होतो. सुरुवातीला मला वाटले होते, राठोड यांचे काम केवळ बंजारा समाजासाठी असेल; पण ते तसे नव्हते. तिथे सर्व जाती-धर्मांचे युवक शिकून मोठे झाले होते.

ज्या वाडी, तांड्यावर साधी सायकल घेऊन जायची ज्यांची ऐपत नव्हती, ते आता लाल दिव्याच्या गाडीत आपल्या तांड्यावर अगदी ऐटीत जात आहेत. 'तांड्यावर'चे लाल दिवे वाढले पाहिजेत, यासाठी राठोड बंधूंसह अनेकांनी आपले आयुष्य पणाला लावल्याचे दिसत होते. राठोड बंधू यांनी सुरू केलेल्या कामाचा आलेख खूप मोठा होता. समाजातल्या किती टक्के घटकाला या मोठ्या आणि महत्त्वपूर्ण उपक्रमाविषयी माहिती आहे?

विजयने धर्मपीठ भक्तिधाम पोहरादेवी संस्थानचे महंत जितेंद्र महाराज यांच्याशी माझी भेट घडवून आणली. महंतांनी माझे मनापासून स्वागत केले. भक्तिभावाने मला देवीचा प्रसाद दिला. महंत जितेंद्र यांनी मला संस्थान आणि राठोड बंधू यांच्याविषयी सांगितले. काही माणसे, कुठलाही गाजावाजा न करता पीडित, गरीब, ज्यांना कुणीच वाली नाही, अशा सर्वांसाठी किती छान काम करतात, हे मला या निमित्ताने पाहायला मिळाले. तिथे असणाऱ्या युवकांच्या पाचवीला कायम दारिद्र्य पूजले होते; पण पोहरादेवी संस्थानच्या संस्कारातून, विचारातून ही मुले आकाशाला गवसणी घालणारी स्वप्ने पाहू लागली.

दर वर्षी शेकडो मुले इथल्या संस्काराची शिदोरी घेऊन बाहेर पडतात. आपल्या आसपास असणाऱ्या अनेकांना सेवाभावी दृष्टिकोनातून मदत करत असतात. अशा अनेक गोष्टी महंत मला सांगत होते. मराठवाडा, विदर्भ, पश्चिम महाराष्ट्र, कर्नाटकातल्या काही भागांमध्ये, मुंबईत अनेक ठिकाणी असे मोठे वसतिगृह, खास करून एमपीएससी, यूपीएससीमध्ये स्वारस्य असणाऱ्या मुलांसाठी केंद्र उभे केले गेले आहे. जिथे गरिबांच्या, बहुजनांच्या मुलांना विनामूल्य शिकवले जाते.

विजय आणि महंत यांच्याकडून हा सगळा उपक्रम मी समजून घेत होतो. मला रस्त्याने जात असताना गेवराईमधल्या दुसऱ्या केंद्राला-वसतिगृहाला भेट द्यायची होती. शिवाय, ॲड. पंडित राठोड यांनाही पुण्यामध्ये जाऊन भेटायचे होते. मी तिथे अनेक मुलांशी बोललो. प्रत्येकाच्या मनामध्ये 'स्वप्ना'चे विश्व साकारलेले होते. तांड्यावरचा मुलगा जेव्हा लाल दिव्याच्या गाडीत बसायचे स्वप्न पाहतो, तेव्हा निसर्गालाही वाटत असेल, आपण या मुलाच्या पाठीमागे भक्कमपणाने उभे राहिले पाहिजे. मी गाडीकडे निघालो, मला गाडीपर्यंत सोडण्यासाठी अनेक मुले माझ्यासोबत आली. मी त्या सगळ्यांचा निरोप घेत, माझ्या रस्त्याने निघालो. विदर्भातून विकासासाठी कितीही मोठमोठ्या गप्पा मारल्या जात असल्या, तरी विदर्भाच्या नशिबात आलेले मागासलेपण काही थांबले नव्हते. जिकडे-तिकडे रस्त्यांची दुरवस्था पाहायला मिळत होती. रस्त्याची ठिगळे राज्याचे दुबळेपण सांगत होती. मी गेवराईच्या केंद्रावर गेलो. तिथेही व्यवस्थापक, विद्यार्थ्यांशी बोललो. तिथे असणाऱ्या अनेक शिक्षकांशी बोललो. खूप चांगले आणि वेगळेपण असलेले काम तिथेही सुरू होते. केवळ लोकसहभाग नाही, तर ट्रस्ट किंवा स्वतःच्या खिशामधला पैसा घालून हे चांगले काम गेल्या अनेक वर्षांपासून इथे सुरू आहे. या कामाचा अनेक मुलांनी फायदा घेतला पाहिजे, असे मलाही मनोमनी वाटत होते.

दुसऱ्या दिवशी मी पुण्याला मुक्कामी होतो. महंत यांच्याकडून मी ॲड. पंडित राठोड यांचा संपर्क नंबर घेतला होता. त्यांची वेळ घेतली. त्यांना भेटायला गेलो. इतक्या सकाळी माझ्या अगोदरच अनेक पालक, विद्यार्थी ॲड. पंडित राठोड यांच्या पुण्यातल्या बाणेरमधील कार्यालयामध्ये आले होते. मी बाहेर बसलो होतो. कुणाला उच्चशिक्षणासाठी परदेशात जायचे होते, कुणाला पुण्यामध्ये एमपीएससीचा क्लास लावायचा होता, कुणाला कशाची अडचण होती, तर कुणाला कशाची! राठोड यांना भेटण्यासाठी माझा नंबर आला. त्यांनी माझे छान स्वागत केले. आम्ही छान गप्पा मारल्या. कुठली जात नाही, कुठला धर्म नाही. एकच अट - मुलगा गरीब असला पाहिजे, कष्टाळू असला पाहिजे, शेतकऱ्याचा, शेतमजुराचा असला पाहिजे. राठोड यांच्याकडे मुलगा आला म्हणजे त्या मुलाचे सोने झाल्याशिवाय राहणार नाही, अशी एक व्यवस्थाच राठोड बंधूनी उभारली आहे. मी पंडित राठोड यांना विचारले, ''तुम्ही हे सगळे कशासाठी करताय, काय मिळते तुम्हाला?''

यावर पंडित राठोड म्हणाले, ''वाडी, तांड्यावरचे दारिद्र्य मी अनुभवले. या समाजाला गुन्हेगारी चष्म्यामधून पाहिले जाते. हा समाज सुधारला नाही, तो शहरात आला नाही, तो अजूनही जंगलामध्ये भटकतोय. आजही तो तांड्यालाच चिकटून बसला आहे. जागतिकीकरणाच्या या सगळ्या वाऱ्यामध्ये तांड्यावरचा मुलगा हा मागे राहता कामा नये, ही माझी भूमिका होती. माझी आई माता रत्नायाडी राठोड यांनी मला लोकसेवेचा कानमंत्र दिला आहे. आपली संस्कृती जपली गेली पाहिजे आणि गरीब माणसाला सर्वार्थाने आधार मिळाला पाहिजे, हाच माझ्या आईचा कानमंत्र आहे. त्यातूनच राज्यातील तांड्यावरची लाल दिव्याची गाडी ही संकल्पना आम्ही सगळीकडे राबवतो आणि त्याला प्रचंड यश मिळतं.'' अनेक मुलांनी मिळवलेले यश, पालकांची अवस्था, शिक्षणाचे खासगीकरण, भेदरलेली माणसे या सगळ्या विषयांवर अभ्यासू मते ते मांडत होते. त्यांचे बोलणे सतत ऐकतच राहावे, असे वाटत होते.

पंडित राठोड यांचा निरोप घेत मी निघालो. मी विचार करत होतो, आपल्या महाराष्ट्रामध्ये गोरगरीब, वेगवेगळ्या असणाऱ्या समाजांसाठी इतके चांगले काम सुरू आहे, ते काम प्रत्येक वाडी-तांड्यावर त्या गरजू मुलांपर्यंत गेले पाहिजे. त्या मुलांनी शिकून लाल दिव्याच्या गाडीत बसायचे स्वप्न पाहावे. त्या मुलांनी लोकांचे आशीर्वाद घेण्यासाठी सातत्याने कार्यरत राहावे. ॲड. पंडित राठोड आणि किशनराव राठोड यांच्यासारखे संस्कार देणारी आई (याडी) प्रत्येकाला लाभावी, त्या माध्यमातून मुले चांगली घडतील, लोकांसाठी काहीतरी करू, या भावनेतून सातत्याने काम करत राहतील, या विचाराने माझ्या मनात राठोड कुटुंबाविषयीचा आदर दुणावला.

■

२८.

स्वाभिमानी लढा...!

अण्णा हजारे यांची तब्येत बरी नाही असे कळल्यावर मी अण्णांना भेटण्यासाठी राळेगणला निघालो. मुंबईवरून राळेगणला जाताना आम्ही थोडा वेळ निगोज या गावी थांबलो. जेवण झाल्यावर जरा फेरफटका मारून यावा या उदेशाने हॉटेलपासून थोडे चालत पुढे निघालो. थोडे पुढे गेल्यावर रस्त्याच्या एका कडेला एक पोल्ट्री फार्म होता. उंच तुरेदार, गावरान कोंबडे पाहून माझा सहकारी नितीन खरात म्हणाला, “सर, आपण आज एवढे शानदार कोंबडे बाजूला असताना भाकरी आणि पिठले खाल्ले.” मीही नितीनच्या बोलण्याला प्रतिसाद दिला.

मी कित्येक पोल्ट्री फार्म पाहिले होते, पण या पोल्ट्री फार्ममध्ये नक्की वेगळेपण होते. ते वातावरण पाहून माझी गती थांबवली. माझे पाय त्या पोल्ट्री फार्मकडे वळले. त्या पोल्ट्री फार्मच्या गेटजवळ जाताच कुत्र्यांचा भों-भों आवाज आला. त्या कुत्र्याला आवरत एक व्यक्ती बाहेर आली. त्यांनी आम्हाला विचारले, “काय हवे आहे,” मी म्हणालो, “काही नाही. आम्हाला पोल्ट्री फार्म पाहायचा होता.” ती व्यक्ती म्हणाली, “ठीक आहे, या आतमध्ये.” त्या व्यक्तीने आमचे आनंदाने स्वागत केले. त्यांनी हाताला ग्लोव्हज घातले होते. मला वाटले त्याने कोरोनामुळे घातले असावेत, पण चर्चेअंती कळाले ते जनावरांचे डॉक्टर आहेत. तसे ते उत्साहाने छान बोलत होते, पण माझी ओळख निघाल्यावर ते अजून खुलून बोलायला लागले. खूप चर्चा झाल्या आणि त्यातून अनेक विषय पुढे आले. त्या व्यक्तीमध्ये वेगळे रसायन होते. बाजूला त्यांच्या पत्नी व्यवहाराच्या सर्व नोंदी ठेवायचे काम करीत होत्या.

मी ज्या व्यक्तीशी बोलत होतो त्यांचे नाव डॉ. शिवाजी नामदेवराव बेलोटे गावात शेतमजुरी, मग मुंबईत खासगी नोकरी, मग जनावरांवर उपचार करण्याचे करण्याचे काम आणि मग आता मुंबईसह राज्यात बेलोटे चिकन नावाने आपला स्वतःचा व्यवसाय. हा सर्व प्रवास करीत असताना शिवाजी यांनी अनेक खस्ता खाल्ल्या, कोरोनात त्यांनी आपले सर्वस्व पणाला लावले. शिवाजी आणि त्यांचे काम, माझ्यासाठी, आपल्या गावातच राहणाऱ्या, नशिबाला दोष देणाऱ्या, आत्महत्या करणाऱ्या प्रत्येकासाठी एक केस स्टडी आहे. तुम्ही ठरवले तर काहीही निर्माण करू शकता, हे शिवाजी यांच्या प्रवासावरून मला दिसत होते.

शिवाजी मला सांगत होते, "घरची परिस्थिती प्रचंड हलाखीची. माझी आई पार्वती पाच भावांमध्ये एकुलती एक बहीण. तिचे दारिद्र्य तिच्या भावांना पाहवत नसे. मी शिकलो, मोठा झालो तर माझ्या आईसाठी चांगले दिवस येतील या भावनेतून माझे मामा तुकाराम मुळे आणि मामी सिंधू मुळे या दोघांनी मला शिकवले. दुनिया कशी पाहायची याचे बाळकडू मला दिले. गावात काही तरी करून पाहिले, पण यश येत नव्हते. मग माझे मित्र संपत तोडकर यांनी मला मुंबईला नेले. तिथे मी फ्रंटलाईन या खासगी कंपनीत हेल्पर म्हणून कामाला लागलो. भांडुपला सात जणांमध्ये एक भाड्याची रूम घेतली. भाड्यापोटी ऐंशी रुपये माझ्या हिश्श्याला यायचे. तेव्हा मला एकच ड्रेस होता. तोच मी धुऊन घालत असे. कंपनीच्या मालकाला ती गोष्ट खूप खटकली. त्यांनी मला दोन ड्रेस घेऊन दिले. मी जेव्हा गावाकडे गेलो, आईला पगाराच्या पैशांचा सर्व हिशेब दिला. ते दोन नवे कोरे करकरीत ड्रेस दाखवले तेव्हा तिला एकदम धस्स झाले. तिला वाटले मी काही तरी चुकीचे काम करून हे कपडे मिळवले की काय? मी तिला कपडे मालकाने दिले असे सांगितले. आई म्हणाली, "कोणाचे असे घ्यायचे नाही. आपले सन्मानाने, स्वाभिमानाने मिळवायचे." तिने ते कपडे हातात घेतले आणि ती खूप रडायला लागली. मलाही रडणे आवरेना. आईने माझ्यासाठी कधी एकासोबत तीन ड्रेस पाहिलेच नव्हते." मी मध्येच शिवाजी यांना म्हणालो, "मग नोकरी सोडून व्यवसाय का निवडला?" शिवाजी हसले आणि म्हणाले, "नोकर तो नोकरच. कित्येक पिढ्या घरात असलेला वारसा असा पुढे का न्यायचा. त्यामुळे आपले स्वतंत्र अस्तित्व असले पाहिजे, आपल्याकडे अनेकांनी नोकरी केली पाहिजे हे मुंबईच्या वातावरणाने मला शिकवले आणि ते मी करून दाखवले." मी म्हणालो, "तुम्ही शेतकरी कुटुंबातील, मग कोंबडीपालन,

अंडेविक्री आणि कोंबडी विक्री हा व्यवसाय का निवडला?"

शिवाजी म्हणाले, "मुंबईत पाच वर्षांपूर्वी मी ब्रॉयलर कोंबडे खाऊन काही माणसे दगावली अशी बातमी वाचली. बातमीच्या खोलात गेलो तेव्हा कळाले, असे अनेक ठिकाणी अनेक वेळा घडले आहे. मी जनावरांचा डॉक्टर असल्यामुळे या केसचा मी बारकाईने अभ्यास केला. लोकांची खूप मोठी फसवणूक होते हे लक्षात आले. लोकांना चांगले काय आणि ते कसे देता येईल, यातून हा व्यवसाय सुरू झाला. आईच्या विचारांमधली 'स्वभिमानी लढा' ही पंचसूत्री व्यवसायात आणली आणि माझा व्यवसाय हिट गेला. लोकांचे आशीर्वाद घेण्यासाठी, मी माझा स्वाभिमानी लढा अजूनही लढतोय. माझ्यासोबत आज शेकडो तरुण या व्यवसायाशी जोडले गेलेत. माझे घट्ट नाते त्यांच्याशी आहे."

मी म्हणालो, "तुमची आई कुठे आहे. मला आईला, बाबांना भेटायचे आहे." त्यावर शिवाजी म्हणाले, "येथून जवळच देवी भोयरे नावाचे गाव आहे, तिथे आई-बाबा असतात." "मला त्यांना भेटता येईल का?" त्यावर शिवाजी म्हणाले, "हो! का नाही, चला." आम्ही निघालो. सोबत शिवाजी यांच्या पत्नी स्वप्ना, त्यांची प्रदीप आणि प्रतीक नावाची दोन मुले होती. ती दोन्ही मुले आता शिवाजी यांना व्यवसायासाठी पूर्णवेळ मदत करतात. शिवाजी यांच्या पत्नी स्वप्ना अशिक्षित असून व्यवसायाचा पूर्ण जमा-खर्च त्यांच्याकडे आहे. ज्या ठिकाणी पोल्ट्री फार्म आहे, ती शिवाजी यांच्या सासरवाडीची जागा आहे. शिवाजी यांनी आसपासच्या अनेक पोल्ट्री फार्ममधून माल घेऊन तो अनेक ठिकाणी विकण्याचा व्यवसाय सुरू केला. त्यात शेकडो जणांच्या हाताला काम मिळाले. अनेक सेवाभावी उपक्रमांत शिवाजी भाग घेतात, ते तर वेगळे लिहावे लागेल. शिवाजी यांनी निगोज गावातील रांजणखळगे, कुंडमाऊलीदेवी ही ठिकाणे मला जाताना दाखवली. इतिहासाच्या पाऊलखुणा त्या गावात मला दिसल्या.

आम्ही गाडीत बसलो तेव्हा शिवाजी यांच्या पत्नी मला सांगत होत्या, "मी बेलोटे यांच्या घरी सून म्हणून आल्यावर तिसऱ्या दिवसापासून लोकांच्या शेतात मोलमजुरीसाठी होते. आम्ही गरिबी आहे म्हणून कधी घाबरलो, लाजलो, खचलो नाही; नेटाने जसे काम जमले तसे करत गेलो. कोणताही निर्णय घेताना आमच्या दोघांचे तेव्हाही एकमत होते आणि आताही आहे." बोलत बोलत आम्ही शिवाजी यांच्या गावी कधी पोहचलो हे कळाले देखील नाही. घरी शिवाजी यांची

आई पार्वती आणि वडील नामदेव होते. घरात साने गुरुजी यांची खूप सारी पुस्तके होती. मी शिवाजी यांना विचारले, "ही पुस्तके कोण वाचते?" त्यावर शिवाजी म्हणाले, "आम्ही सर्वजण वाचतो." शिवाजी यांची आई आणि शिवाजी यांच्यावर कोणाचे संस्कार आहेत, हे मला ती पुस्तके पाहून कळाले. आम्ही सर्वजण गप्पा मारत बसलो. आईंची जरा तब्येत ठीक नव्हती म्हणून त्या खाटेवर झोपल्या होत्या. शिवाजी आईचे पाय चेपत असताना आईला कधी झोप लागली हे कळाले नाही. शिवाजी यांचे बाबा सांगत होते, "पार्वतीला दोन दिवसांपासून बरे नाही, तिला झोपच नाही. आता 'शिवाजी'चा स्पर्श झाला की लागलीच तिला डोळा लागला. मुले कितीही मोठी झाली, त्यांनी कितीही उंच भरारी घेतली तरी मुलांचे आई-वडील हे एका स्पर्शाचे, एका नजरेने डोळे भरून पाहावे याचेच भुकेले असतात." भावुक झालेल्या आजोबांजवळ शिवाजी यांची दोन्ही मुले जाऊन बसली. घरात सन्मान, गावासह पंचक्रोशीत सन्मान, सर्व स्वप्ने स्वाभिमानाने साकार हे कसे जमले असेल शिवाजी यांना? मुंबईचे बोट पकडून वेगाने ज्यांना धावता येते ते यशाचे धनी होतातच, अशी शिवाजीसारखी अनेक उदाहरणे पाहायला मिळतात.

आम्ही जायला निघालो, शिवाजी यांनी आईला जागे केले. आई घरात गेली. त्यांनी आम्हाला खायला लाडू आणले. आम्ही ते लाडू खाल्ले आणि निघालो. मी घराच्या बाहेर पडताना शिवाजी यांच्या आई माझा हात हातात घेऊन मला म्हणाल्या, "बाबा माझे लेकरू सगळीकडे एकटेच असते, त्याच्याकडे लक्ष ठेव," असे म्हणत आईने माझा हात आपल्या कपाळाला लावला. भरलेले डोळे आईने आपल्या पदराने पुसले.

मी राळेगणच्या दिशेने निघालो. माझ्या मनात अनेक विचार येत होते. गावातली मुले मोठ्या शहराला का जवळ करीत नाहीत. आपण नोकरीच करावी अशी त्यांची मानसिकता का असते. व्यवसाय जरी निवडला तरी शेजारी आहे म्हणून आपणही किराणा दुकान टाकले पाहिजे, यापुढे ते का जात नाहीत. शहरात असणारे अनेक जण शिवाजीसारखे आपल्या गावातून, भागातून अनेक मुले शहरात आणून उभी का करीत नाहीत. आपल्यातला स्वाभिमानी लढा जिवंत ठेवण्यासाठी असे अनेक शिवाजी पुढे आले तर कल्याणकारी राज्य ही संकल्पना प्रत्यक्षात नक्की उतरेल हो ना...?

■

२९.

मराठवाड्याची लेक

त्या दिवशी मी आणि जय मिजगर अंधेरीला भेटलो. जय म्हणाला, "मुंबईमध्ये मराठवाड्याची खूप कर्तबगार माणसे आहेत. मी आज टीना धरमसी यांना भेटलो. टीना ह्या औरंगाबादच्या आहेत. चित्रपट, वाहिन्यांवरील मालिकांमध्ये लागणारे सेट बनविण्याचे काम त्या करतात. सामाजिक क्षेत्रात त्यांचे खूप मोठे योग्यदान आहे. टीना यांच्या वडिलांचं औरंगाबादला 'औरंगाबाद बुक डेपो' नावाचे पुस्तकांचे मोठे दुकान आहे. एका छोट्या व्यवसायिकाची मुलगी आज मुंबईच्या चित्रपटसृष्टीत टॉपच्या दहा लोकांमध्ये आहे." जयकडून औरंगाबाद बुक डेपोचे नाव ऐकताच मी मनाने २००४ सालात पोहोचलो. तेव्हा मी औरंगाबाद विद्यापीठामध्ये शिकायला होतो. तंत्रज्ञानाची प्रगती जेमतेम सुरू झाली होती.

कुठलेही पुस्तक हवे असेल तर, 'औरंगाबाद बुक डेपो' हेच नाव पुढे यायचे. त्या बुक सेंटरचे मालक नूतनकुमार तेजपाल लोडाया काका यांच्याशी पुस्तकाच्या देवाणघेवाणीवरून मैत्री झाली होती. त्या मैत्रीला अजून एक कारण होते, ते म्हणजे माझे गुरुवर्य प्रा. सुरेश पुरीसर. त्या बुक सेंटरवर पुरीसर हे नेहमी बसलेले असायचे. मी अनेक वेळा त्यांना घ्यायला जायचो. आता नूतनकुमार काका नाहीत. त्यांच्या मुलींविषयी ऐकून खूप आनंद वाटला.

जय मला टीना यांनी उभे केलेले सामाजिक काम, त्यांचे फिल्म इंडस्ट्रीमधील काम वेगवेगळ्या ऐतिहासिक वारशाला दिलेले अत्याधुनिक रूप, मागच्या दहा वर्षांत मराठवाड्यातल्या चार हजार तरुणाईच्या त्यांनी हाताला दिलेले काम,

त्यांची असलेली सतत सेवाभावी वृत्ती याविषयी, जय मला भरभरून सांगत होता.

मी जयला म्हणालो, "आपण जमले तर त्यांना नक्की भेटू या." जय म्हणाला, "त्यात काय, आताच जाऊ या त्यांच्याकडे." जयने टीना यांना फोन केला. आम्ही त्यांच्या भेटीसाठी निघालो. अंधेरीच्या लक्ष्मी बिजनेस पार्क भागामध्ये असणाऱ्या टीना यांच्या कार्यालयामध्ये आम्ही पोहोचलो. त्यांचे कार्यालय एखाद्या चित्रपटाच्या सेटसारखे होते. जय यांनी मला सांगितले होते, ''तारक मेहता का उल्टा चश्मा, बालिकावधू, बिग बॉस, राम गोपाल वर्मा यांचा शोले टू यासारखा चित्रपट, मालिका यासाठी मोठे सेट टीना यांनी उभे केले. पटकथेला चित्र, देखाव्याच्या स्वरूपात उतरवणे यामध्ये टीना यांचा हातखंडा आहे."

२००२ मध्ये लग्न करून टीना मुंबईमध्ये आल्या. देशांमधल्या अनेक महत्त्वाच्या पुरातन वास्तूला नवीन रूप देणे, चित्रीकरणाच्या माध्यमातून त्यांचा इतिहास उभा करण्याचे काम त्यांनी हाती घेतले आहे. आम्ही टीना यांच्याशी बोलत असताना त्यांच्या कामांचा लेखाजोखा फोटोज, व्हिडीओ, बातम्यांद्वारे पाहत होतो. खूप मोठे काम त्यांनी उभे केले होते. मराठवाड्यातल्या अनेक शेतकऱ्यांच्या मुलींच्या हातांना काम देण्यासाठी टीना यांनी पुढाकार घेतला. तसे आमचे नाते मित्रत्वाच्या बंधनात लवकर बांधले गेले. त्याचे कारण 'औरंगाबाद बुक डेपो' होते. त्यावर आम्ही खूप बोललो. टीना यांचे आजोबा तेजपाल खिमजी लोडाया स्वातंत्र्यसैनिक होते. टीनाचे वडील नूतन लोडाया हे व्यापारी.

टीना धरमसी म्हणाल्या, "मी मराठवाड्याची लेक आहे. त्यामुळे मराठवाड्याच्या माणसांविषयी मला अभिमान आहे. औरंगाबाद बुक डेपो म्हणजे त्या वेळी औरंगाबादमधले एक चळवळीचे केंद्र होते. माझी आजी लक्ष्मी, माझी पहिली शिक्षिका. धाडस, नम्रपणा, व्यावसायिक दृष्टिकोन, हे मी आजीकडून शिकले. आमच्या घरात पस्तीस सदस्य होते. त्यांचे सर्व मॅनेजमेंट माझी आई विनिता करायची. आईकडून मॅनेजमेंटचे गुण माझ्यात आले. कॉलेजमध्ये वास्तुकलेचा इतिहास शिकविणाऱ्या प्रा. माया वैद्य मॅडमनी वास्तुकलेचे प्रेम, ज्ञान माझ्या मनात प्रचंड रुजविले. जेव्हा सासरी आले, तेव्हा सासुबाई मधू हुकूमचंद धरमसी यांनी मला पहिल्या दिवशी सांगितले, 'तू या घरची मुलगी आहेस.' सासूबाईंनी मला पाठबळ, स्वातंत्र्य दिले. दिवसभर काम

केल्यावर, मी जेव्हा थकूनभागून घरी येते, तेव्हा माझी मुलगी रीत, तनिष्का माझ्या समोर चहाचा कप ठेवत म्हणतात, 'आई, तू जेवायला बस. आम्ही तुला जेवायला वाढतो,' असे प्रेम पाहून एका मिनिटात कामाचा थकवा निघून जातो.

एका महिलेला, अनेक महिलांनी समजून घेऊन, जर उभे केले, तर चिरंतन टिकणारा समाज उभा राहू शकतो, हे टीना यांच्या प्रवासावरून दिसत होते. टीना भरभरून बोलत होत्या. औरंगाबाद बुक डेपो, गुलमंडी, देवगिरी कॉलेज आणि आता मायानगरीच्या सर्व टप्प्यांचा प्रवास मी समजून घेत होतो. मला त्यांचे काम पाहायचे होते आणि त्यांना मला त्यांचे काम दाखवायचे होते. म्हणतात ना, माहेरच्या माणसांविषयी माहेरवाशिणीला अप्रूप असते, तसे काहीसे. आम्ही फिल्मसिटीमध्ये गेलो, त्यांचे तिथे सेट बनविण्याचे काम सुरू होते. तिथे काम करणाऱ्या अनेक मुली, महिलांशी त्यांनी माझा परिचय करून दिला. त्या बहुतांशी मराठवाड्यातल्या दिसत होत्या. टीना यांनी स्वीकारलेल्या पालकत्वावर त्या भरभरून बोलत होत्या.

कामाच्या ठिकाणावरून आम्ही टीना यांच्या घरी पोहचलो. टीना यांनी आईला माझी ओळख दिली. आईला 'औरंगाबाद बुक डेपो'ची खूणगाठ सांगितल्यावर आईच्या डोळ्यात एकदम चमक दिसली. आम्ही भरभरून बोललो. हे बोलणे सुरू असताना त्या घरातले माणुसकीचे संस्कार अनेक वेळा मध्ये मध्ये डोकावत होते. टीना यांची मुलगी रीत, तनिष्का, टीना यांचे यजमान पुरव हुकूमचंद धरमसी या सर्वांनी आमचे जोरदार स्वागत केले. मराठवाडा-चवीच्या जेवणाच्या मेजवानीला सुरुवात झाली होती. टीना यांची मुलगी रीत सांगत होती, "माझी आई माझ्यासाठी आदर्श आहे. तिचे काम, नियोजन, ध्येय तिच्या कष्टापुढे नतमस्तक होते. आईला लोकांचे आशीर्वाद घेण्यासाठी तू सतत काम करत राहा, असे वरदान मिळाले आहे. मलाही माझ्या आईसारखे 'उद्योगी' महिला बनत आपल्या आजूबाजूला असणाऱ्या महिलांचा 'आधारवड' म्हणून काम करायचे आहे."

रीतच्या बोलण्यामध्ये असलेला आत्मविश्वास माझे लक्ष वेधून घेत होता. आई म्हणाल्या, "टीनामध्ये तिच्या वडिलांचे सगळे गुण आहेत. वडील गरजूंना, गरिबांना फुकट पुस्तके वाटायचे. तसेच टीनाचे आहे. ती सतत कुणाचे ना कुणाचे पालकत्व स्वीकारण्याच्या भूमिकेत असत. मी जेव्हा टीनाच्या उंच गेलेल्या झेपेकडे पाहते, तेव्हा मला तिच्या वडिलांची आठवण येते." मध्येच वडिलांची

आठवण काढून आई भावनिक झाल्या. टीना आपल्या आईला सावरत, जवळ घेत म्हणाल्या, "अगं आई, बाबा आपल्याला सोडून गेले कुठे? आपल्यामध्येच आहेत. ते सतत माझ्यासोबत असतात. ते मला सेवाभावी वारसा पुढे चालव, असे सांगतात. माझ्यातली ऊर्जा सतत वाढवत, लोकांचे आशीर्वाद घेण्यासाठी मी काम करावे, यासाठी मला प्रोत्साहित करत असतात," असे म्हणताना दोघी भावुक झाल्या.

आपल्या देशातील ऐतिहासिक कलाकृती चित्रीकरणाच्या, 'सेम टू सेम' देखाव्याच्या माध्यमातून अजरामर व्हावी, यासाठी भविष्यामधले टीना यांनी बनविलेले दोन प्रोजेक्ट खूप मोठे, महत्त्वाचे ठरतील. इतिहास सादर करणे आणि लोकांच्या हाताला काम, हे दोन्ही या प्रोजेक्टमधून साध्य होणार आहे. त्या घरात भावूक वातावरणाचे आम्हीही सदस्य झालो होतो. आईंच्या पायावर डोके ठेवत आम्ही बाहेर निघालो. स्त्रीशक्तीची ताकत काय असू शकते, हे टीना यांना भेटल्यावर लक्षात आले. आपल्या माणसांशी, मातीशी 'इमान' कसे राखले पाहिजे? हेही मी अनुभवले होते. अशा अनेक टीना पुढे आल्या पाहिजेत; टीना यांच्यासारख्या नम्र, धाडसी, प्रेरणादायी 'उद्योगी' महिलेला सलाम करत मी नवी मुंबईच्या दिशेने निघालो होतो.

■

३०.

'बोन्साय' ते 'थीम पार्क इंडिया'

चित्रकार डॉ. नरेंद्र बोरलेपवार यांचा सकाळीच फोन आला. म्हणाले, ''चला, काल ठरल्याप्रमाणे आपल्याला निघायचेय.'

आम्ही पुणे-मुंबई महामार्गालगत कार्ल्याच्या दिशेने निघालो. आम्हाला ज्या व्यक्तीला भेटायचे होते ती व्यक्ती, वाहाणगावच्या अगदी काही अंतरावर, आमच्या स्वागतासाठी उभीच होती. त्या परिसरातील सौंदर्य पाहून, आपण महाराष्ट्रातच आहोत काय, असा प्रश्न पडला. चारही बाजूंनी पाणी, बसण्यासाठी गुंफा, आजूबाजूला असंख्य प्रकारच्या वनस्पती, झाडे, जिकडे जावे तिकडे झाडांच्या भोवताली लावलेले मंजूळ संगीत...

जी व्यक्ती आमची वाट बघत होती, तिने छंदातून 'सेंटर फॉर पर्फेक्ट हेल्थ' हा प्रकल्प सुरू केला आहे. 'थीम पार्क इंडिया' हा त्यांचा मुख्य प्रकल्प असून, त्या अंतर्गत 'सेंटर फॉर पर्फेक्ट हेल्थ' हा प्रकल्प आहे. त्या व्यक्तीचे नाव गिरिधारी काळे. व्यवसायाने इंजिनिअर असणारे काळे यांना वैदिक संस्कृतीची, भारतीय शास्त्रपुराणांची अतिशय आवड. काळेकाकांनी त्याविषयी खूप अभ्यास केला आहे. त्यातून काहीतरी वेगळे करण्याचे त्यांनी ठरवले आणि हा प्रकल्प आकाराला येत आहे. येत्या वर्षात तो पूर्णत्वाला जाईल. चार धामांपासून ते देशातल्या सर्व राज्यांच्या प्रतिकृती इथे साकारल्या जात आहेत. काळेकाकांनी आम्हाला सर्व प्रकल्प गाडीतून फिरवून दाखवला. दोन तास लागले. नंतर काळेकाका आपली सात वर्षांची नात कामाक्षी हिच्याशी खेळण्यात रमून गेले.

ज्यांनी 'इमेजिका प्रोजेक्ट' तयार केला आहे ते प्रभुदा परदेशी - श्रीकर परदेशी यांचे भाऊ - हे या सर्व प्रकल्पाचे काम पाहत आहेत. त्यांच्याशीही गप्पा झाल्या.

काळेकाका म्हणाले, ''वैदिक शिक्षण ही काळाची गरज आहे. माणसाची शारीरिक अवस्था, तिचा निसर्गाशी समतोल राखण्यासाठी हा प्रकल्प महत्त्वाची भूमिका बजावणारा आहे. वैज्ञानिक दृष्टीने महत्त्व असलेला हा प्रकल्प संस्कार आणि सेवाभाव यावर नॅचरल थेरपीच्या माध्यमातून काम करेल. ''तू किमान दहा लोकांना रोजगार दिला पाहिजेस,'' असे मला माझे वडील - श्रीनिवास काळे- म्हणायचे. आज माझ्याबरोबर सेवाभावी कामासाठी असंख्य हात राबत आहेत... हे पाहण्यासाठी वडील आज हवे होते...''

त्या प्रकल्पाच्या ठिकाणी सर्वांत महत्त्वाची होती ती बोन्साय प्रकारातील झाडे. अत्यंत जुनी, कितीतरी वर्षांचे वय असणारी पाच हजारांहून अधिक बोन्सायची झाडे तिथे आहेत.

काळे काका म्हणाले, ''माझी पत्नी प्राजक्ता काळे बोन्साय-आर्टिस्ट आहे. बोन्सायची झाडे जमवणे, त्यांची निगा राखणे, त्यांचे प्रदर्शन भरवणे हा छंद तिने ३८ वर्षांपासून जोपासला आहे.''

आम्ही काळेकाकूंनाही भेटायचे ठरवले आणि काकांचा निरोप घेऊन पुण्याकडे निघालो. पुण्यातल्य बाणेर-पाषाण रोडलगत असलेल्या 'अभिमानश्री सोसायटी'त आम्ही पोहोचलो. रात्रीचे दहा वाजून गेले होते. काकांचे सोबती संतोष उणेचा यांनी आमची प्राजक्ताकाकूंशी ओळख करून दिली. काकूंनी आम्हाला जेवायचा आग्रह केला. जेवताना गप्पा रंगल्या.

काकूंनी बोन्सायचा हा छंद केवळ स्वतःपुरताच मर्यादित न ठेवता त्या माध्यमातून राज्यातल्या असंख्य महिलांना, उद्योगाची कास कशी धरायची, हेही शिकवले असल्याचे गप्पांमधून कळले.

'बोन्साय नमस्ते' नावाची संस्था काकूंनी स्थापन केली आहे. तीद्वारे अनेक बचतगटांच्या माध्यमातून होतकरू महिलांना या उपक्रमात त्यांनी सहभागी करून घेतले. कितीतरी देशांतून त्यांनी बोन्सायचे अनेक विकसित वाण आणून त्यांच्यावर प्रक्रिया केली. ''काही बोन्सायची किंमत तर दोन कोटींच्या घरात आहे,'' अशी माहिती काकूंनी दिली.

''तुम्ही ही झाडे विकत का नाही?'' या प्रश्नावर काकू हसत हसत म्हणाल्या, ''ज्या झाडांना मी माझ्या लेकरांप्रमाणे वाढवलेय, त्यांची निगा

राखलीय ती झाडे मी इतरांना कशी विकू? अनेक जण माझ्याकडेच झाडे सांभाळायला आणून देतात. हा छंद विकसित व्हावा यासाठी आम्ही अभ्यासक्रमही सुरू केला आहे. जपानमध्ये तर शाळेतच हा अभ्यासक्रम शिकवला जातो. आता आम्ही वड, पिंपळ, आंबा, उंबर, बेल असे एकत्रित असणारे झाड विकसित करत आहोत, त्याला शास्त्रीय महत्त्व आहे.''

काका-काकूंच्या उपक्रमाला मुलगा आलोक, सून कामना, मुलगी मोहिनी, काकूंचे बंधू राहुल राठी हे सर्वजण उत्स्फूर्तपणे मदत करतात.

काकू म्हणाल्या, ''कोरोनाच्या काळात माझ्या सासूबाई कावेरीबाई यांची काळजी घ्यावी लागायची, म्हणून मी प्रकल्पाच्या ठिकाणी जाण्याऐवजी घरीच झाडांची कामे करते.''

काकू हे सांगत असताना कावेरीबाईंच्या डोळ्यांत मुलगा आणि सून यांच्याविषयीचा अभिमान दिसत होता. सासूबाईंबरोबरच काकूंना त्यांचे वडील श्यामसुंदर आणि आई विमलाबाई यांचीही आठवण आली. ''आज बाबा नाहीत,'' असे म्हणत त्या भावुक झाल्या.

काकूंचा निरोप घेऊन आम्ही मुंबईकडे निघालो.

काळे काका-काकूंनी आपल्या छंदाला जिद्दीची जोड दिली आणि 'बोन्साय' ते 'थीम पार्क इंडिया' असा इतिहास निर्माण केला. तो आम्ही त्या दिवशी अनुभवला. त्यांनी हे सेवाभावी वृत्तीतून जोपासले आहे, हे विशेष. त्यांच्या या व्यक्तिगत छंदाला व्यापक, विधायक रूप मिळावे, असे मात्र मनोमन वाटले.

■

३१.

मजाच मजा...!

रविवारी मी पाली इथे जाण्यासाठी निघालो. पुणे महामार्ग सोडल्यावर पुढचा रस्ता खराब होता. महाराष्ट्राचा 'खरा चेहरा' त्यातून दिसत होता. 'इमॅजिका'च्या थोडे पुढे गेल्यावर तिवरे पेडली (ता. सुधागड, पाली) हे ठिकाण आले. पोटात काहीतरी टाकले, पाहिजे असा विचार करत असतानाच 'शिवराज हॉटेल' या पाटीकडे लक्ष गेले. आतमध्ये गेलो. हॉटेलचे काम अजून पूर्ण झालेले नव्हते. दुसरीकडे जावे असा विचार करत असतानाच माझ्या कानावर संत तुकाराममहाराजांचा अभंग पडला. एक व्यक्ती भातलावणी करता करता अभंग म्हणत होती. मी त्या व्यक्तीला हाक मारली आणि विचारले, ''अजून हॉटेल सुरू झालेले दिसत नाही.''

ती व्यक्ती म्हणाली, ''नाही अजून.''

आम्ही बोलत असताना दुसरी एक व्यक्ती फोन घेऊन आली आणि आधीच्या व्यक्तीला म्हणाली, ''साहेब, तुमच्या साहेबांचा फोन आलाय.''

त्या व्यक्तीने फोन घेतला आणि ती बोलत बोलत बाजूला गेली. गुडघ्याएवढ्या चिखलात काम करणारी ही व्यक्ती म्हणजे आसपासच्या गावातला कुणी कामगार असेल, असे मला वाटत होते. मात्र दुसऱ्या व्यक्तीने त्या व्यक्तीला माझ्यासमोरच 'साहेब' म्हटल्यावर माझ्या भुवया उंचावल्या.

''ही व्यक्ती नेमकी आहे तरी कोण?'' असे मी फोन आणून देणाऱ्या त्या व्यक्तीला विचारले.

ती व्यक्ती म्हणाली, ''ते मोठे साहेब आहेत.''

फोनवर बोलण्यासाठी बाजूला गेलेली ती आधीची व्यक्ती बोलणे संपल्यावर परत आली.

मी त्या व्यक्तीला विचारले, ''सर, शेतीची आवड दिसते तुम्हाला.''

''हो,'' असे म्हणत ती व्यक्ती भातलावणीत पुन्हा गर्क झाली. मी गप्पांना सुरुवात केल्यावर ती व्यक्ती सांगू लागली, ''आम्ही शेतीचे काम करण्यासाठी मजूर लावत नाही... स्वतःच काम करतो. फार आवश्यकता असेल तेव्हाच मजूर लावतो...''

त्या व्यक्तीचे नाव डॉ. नामदेव कोंडिबा भोसले. भोसले यांच्या समवेत मी सकाळी नऊ ते दुपारी तीन वाजेपर्यंत होतो. वेगळेपण जपणारा हा शेतकरी, अधिकारी अफलातून असल्याचे मला जाणवले. त्यांनी त्यांच्या प्रकल्पाच्या ठिकाणी केलेले सगळे प्रयोगही अजब आहेत.

भोसले सध्या 'एमएमआरडीए' विभागात सहमहानगरआयुक्त या पदावर कार्यरत आहेत.

आपल्या मित्रांना सोबत घेऊन तिवरे पेडली इथे त्यांनी बावीस एकर जमीन खरेदी केली व माळरानावर नंदनवन फुलवले. भोसले यांच्या पत्नी मुक्ता, तसेच त्यांच्या मैत्रिणी मनीषा कुऱ्हाडे, अस्मिता कालन आणि अन्य बावीस जणांनी एकत्रित येऊन 'मनमुक्त फाउंडेशन' स्थापन केले. त्याची टॅगलाईन आहे 'मजाच मजा'! याच फाउंडेशनच्या माध्यमातून तिथे अनेक उपक्रम सुरू करण्यात आले आहेत.

भोसले यांनी सुरू केलेल्या प्रकल्पाच्या एका कडेला आंबा नदी आणि तिच्या उपनदीचा संगम आहे. जिथे हा संगम होतो तिथे एक मोठी तटरक्षक भिंत आहे. बुरूज बांधून तिला किल्ल्याचा आकार देण्यात आला आहे. एका वेळी असंख्य माणसे आंघोळ करू शकतील, असे कुंड व धबधबा तिथे निर्माण करण्यात आला आहे. सर्व जाती-धर्माचे देवस्थान, सर्व फळझाडांवर फळे सुरक्षित राहावीत यासाठी व्यवस्थित बंदोबस्त, मोठमोठ्या दगडांना कोरीव आकार देऊन त्यांचे तयार करण्यात आलेले प्राणी, इतर लेणी... असे कितीतरी वेगळे प्रयोग मला इथे पहिल्यांदा पाहायला मिळाले.

दोन चित्रपटांचे चित्रीकरण एकाच वेळी करता येऊ शकेल एवढी 'स्पेस' इथे आहे. कबड्डी, खो-खो, लिंगोर, लगोरी असे मातीतले खेळ खेळण्याचीही

सोय आहे. झोक्यापासून ते चिमणीच्या खोप्यापर्यंत सर्व काही इथे असल्याचे दिसले.

''एवढा मोठा प्रकल्प तुम्हाला का करावासा वाटला?''

माझ्या या प्रश्नावर भोसले म्हणाले, ''मी आधी खूप नकारात्मक विचारांचा होतो. माझ्यात 'इगो'ही होता. सन २००८ मध्ये मी 'लँडमार्क'चा कोर्स केला आणि, मी कोण आहे, याची मला जाणीव झाली. रामदेवबाबा यांच्या योगापासून मी नव्या आयुष्याला सुरुवात केली. सर्व धर्मांचे ग्रंथ वाचले. माझ्यातला साचेबद्धपणा गळून पडला. सन २००९ मध्ये आम्ही मित्रांनी 'लाइफ इज ब्यूटीफुल' या संकल्पनेची सुरुवात केली आणि आपण सतत आनंदी राहिले पाहिजे, यासाठी एक चळवळ उभारली. व्याख्याने देणे, समविचारी मित्रांचे ग्रुप तयार करणे सुरू केले. माझी पत्नी मुक्ता समुपदेशक म्हणून काम करते. आता या बावीस एकरांमध्ये उभ्या राहिलेल्या प्रकल्पात 'पंचतत्त्वे आणि इंद्रिये यांचे मीलन' घडवण्याचे काम होणार आहे! धर्माची शिकवण मानवतेसाठीच आहे, हे सांगण्यासाठी इथे अनेक कोर्सची सुरुवात केली जाणार आहे. शिवाय, अनाथ मुले आणि विधवा यांच्या पुनर्वसनाचे कामही याच प्रकल्पाद्वारे केले जाईल.''

गावसंस्कृती आणि पंचतत्त्वांच्या शुद्धीकरणासाठी जगातल्या अनेक तत्त्वज्ञांच्या तत्त्वज्ञानाचीही बैठक इथे कशी असणार आहे, ते भोसले यांनी मला तपशीलवार सांगितले.

आम्ही जेवायला बसलो. ताटाभोवती मांजर, ससा, कुत्रे, पोपट, कावळे जमले. 'आम्हालाही जेवायला द्या,' असे आपापल्या भाषेत ओरडून म्हणू लागले! जेवायचे सोडून भोसले त्या सर्व प्राण्यांना भरवू लागले.

भोसले म्हणाले, ''माझे गाव सातारा जिल्ह्यातील माण तालुक्यातील गोंदवल्याजवळचे हगवणेवाडी (शिवाजीनगर) हे. वडिलांची थोडीशी शेती होती. त्या शेतीत काम करत करत मी मोठा झालो.

मी तीन वर्षांचा असताना आई गेली. माझ्या काकूने माझा सांभाळ केला. माझे वडीलही गेले. वडील असताना गावी जेवायला बसलो की पहिला घास गाईला, प्राण्याला आणि मग स्वतः जेवायचे. आपल्या ताटाभोवती आता जसा गोतावळा आहे ना? तसा गोतावळ बाबांच्या ताटाभोवती असे. बाबा असते तर त्यांना सर्वांत जास्त आनंद झाला असता...'' वडिलांच्या आठवणींनी भोसले एकदम भावूक झाले.

भोसले यांच्या या प्रकल्पाच्या ठिकाणी जिकडे पाहावे तिकडे 'मजाच मजा' हे घोषवाक्य वाचायला मिळते. एकंदर, हा प्रकल्प काही वेगळाच आहे. काही सामाजिक संस्था आणि दानशूर व्यक्ती यांना मानवतेसाठी काही वेगळेपण जपायचे असल्यास हा प्रकल्प त्यांची इच्छापूर्ती करणारा ठरेल. 'मजाच मजा' असे मनाशी म्हणत आणि भोसले यांचा निरोप घेत मी माझ्या वाटेला लागलो.

■

३२.
गाई आणि माई

'सकाळ'मधील माझा जुना सहकारी नरेश हाळणोर यांचा सकाळी सकाळी फोन आला. ते म्हणाले, "दादा काल रात्री लवकर झोपल्यामुळे तुमचा फोन घेतला नाही. आता मी चुंचाळे शिवार भागात असणाऱ्या 'श्री नाशिक पंचवटी पांजरापोळ' या गायींसाठी चालवल्या जात असलेल्या प्रोजेक्टवर चाललोय. दुपारी आल्यावर भेटू."

मी म्हणालो, "कुठे आहे हा प्रोजेक्ट?" ते म्हणाले, "तुम्ही ज्या पाथर्डी फाट्यावर राहता तिथून अगदी दहा मिनिटांच्या अंतरावर आहे." मी म्हणालो, "मी येऊ का?" नरेश म्हणाले, "चला, त्यात काय?"

नरेश आणि त्यांच्यासोबत गौरव क्षेत्रीय नावाचा एक प्राणीमित्रही होता. आम्ही त्या प्रोजेक्टवर पोहचलो. नाशिकमधल्या पांजरापोळ येथे १८७८ मध्ये प्रागजी मावजी जव्हेरी यांनी जवळपास पंधराशे एकरमध्ये गायींसाठी प्रचंड मोठे काम सुरू केले. ते काम अजूनही त्याच पद्धतीने प्रागजी यांची तिसरी पिढी एक ध्यास घेतल्यासारखे गायींचे पालकत्व स्वीकारून सेवा करत आहे. केवळ गाय हा विषय नाही, तर पर्यावरणासाठी उपयुक्त असे अनेक प्रयोग येथे राबवले जातात. त्या प्रोजेक्टचे व्यवस्थापक विठ्ठल जगन्नाथ आगळे आणि तिथे सेवा म्हणून काम करणारे पशू अधिकारी प्रकाश झांबरे कृषी अधिकारी जिभाऊ सिरसाट हे तिघेही जण आमच्या स्वागतासाठी भरपावसात उभे होते.

चहापान झाल्यावर आम्ही ट्रॅक्टरमध्ये बसून तो सगळा परिसर पाहिला. मोरांचे कळपच्या कळप आमच्या जवळून जात होते. पाण्याच्या नियोजनासाठी

केलेले तलाव, तिथे असणारी बदक, जागोजागी असलेल्या नर्सरी, अनेक छोटे-छोटे शेतीप्रयोग, बापरे बाप... काय काय सांगावे... राज्यातल्या खऱ्याखुऱ्या नैसर्गिक सौंदर्याने येथे चार चाँद लावले होते.

आम्ही एका गेटजवळ आलो. तिथे शेकडो गाई होत्या. एक जण आपल्या गाई सोडण्यासाठी तिथे आला होता. मी त्याच्याजवळ जाऊन त्यांना विचारले, "आजोबा, गाई का आणून सोडताय." आजोबा म्हणाले, "काय सांगू बाबा... या गाईने लई जीव लावला. तिचे दूध पिऊन हत्तीचे बळ अंगात आले. तिला कसायाला विकले तर माझ्या माईला विकल्यासारखे होईल, म्हणून इथे सोडायला आलो." मी म्हणालो, "मग तुम्ही तुमच्या माईला असे सोडून का जाता."

गाईच्या पाठीवर हात ठेवत, काही न बोलता ते शेतकरी आजोबा भावूक होऊन आपले अश्रू पुसत होते. ते आजोबा जात होते, गाय त्या आजोबांच्या पाठीकडे बघत जोरदार हंबरडा फोडत होती. तो प्रोजेक्ट गायींचा वृद्धाश्रम होता. ट्रॅक्टरने दोन अडीच-तास आतमध्ये फिरल्यावर आगळे म्हणाले, "आता कुठे आपण अर्धा भाग पाहिला."

मी आगळे यांना म्हणालो, "बापरे, किती मोठे काम आहे हे. या प्रोजेक्टचे मुख्य पालनकर्ता जे कुणी आहेत, त्यांच्याशी मला एकदा बोलायचे आहे." आगळे यांनी लगेच हितेश रामजी जव्हेरी (गोपालभाई) यांना फोन लावला. तब्बल अर्धा तास आमचे फोनवर बोलणे झाले. ते अत्यंत ऊर्जावान आणि उत्साही व्यक्ती असल्याचे त्यांच्याबरोबरच्या बोलण्यावरून वाटत होते. गोपालभाई म्हणाले, "मला दोन मुली आहेत आणि हा गाईचा प्रोजेक्ट माझे तिसरे अपत्य आहे. माझ्या तीन पिढ्यांनी आपल्या आयुष्याचा वेळ या प्रोजेक्टच्या संगोपनासाठी, विकासासाठी दिला आहे. गाय, संस्कृती, उत्तम शेती, पर्यावरणाचे प्रेम यासाठी हा प्रोजेक्ट आहे. या प्रोजेक्टला अनेक जण गायींचा वृद्धाश्रम म्हणतात; पण आम्ही गायींचे माहेर म्हणतो. अनेक शेतकरी आपल्या गाईची सेवा करावी म्हणून गाय आम्हाला देतात. आम्ही माय म्हणून गाईची सेवा करतो." गोपालभाई फोनवर माझ्याशी मोकळेपणाने संवाद साधत होते. असे वाटत होते, त्यांचे बोलणे ऐकत राहावे.

आमचा फोन झाल्या- झाल्या लगेच माझ्यासोबत असणारे प्राणीमित्र क्षेत्रीय म्हणाले, अहो ही जागा नाशिकला अगदी लागून आहे. त्यामुळे अनेकांचा या जागेवर डोळा आहे. आम्हाला थोडीशी एकदा अशी कुणकुण लागलीही

होती. आम्ही तसे काहीही होऊ देणार नाही. इथे संस्कृतीचे, गायींविषयीच्या मातृप्रेमाचे, माणुसकीचे कोणाला काही देणे-घेणे नाही. गाईच्या कत्तलीबाबत आमच्या राज्यात वेगळे कायदे आहेत, आणि दुसऱ्या राज्यात वेगळे कायदे आहेत. त्यामुळे गाईची तस्करी करणाऱ्याला कशाची भीती उरलेली नाहीये. बोलता-बोलता तो प्राणीमित्र बरेच काही बोलून गेला.

आमच्यासोबत असणारे डॉ. झांबरे म्हणाले, "माझ्यासारखी अनेक माणसे सेवा म्हणून इथे काम करतात. हे काम करत असताना पहिल्यांदा आपण सेवाभाव म्हणून काहीतरी करतोय, याचा अभिमान वाटतोय." मी ज्या माणसांशी बोलत होतो त्यांच्याकडून तिथल्या वेगवेगळ्या विषयांसंबंधीची माहिती ते मला सांगत होते. तिथे असणारे पक्षी म्हणजे मोर, वेगवेगळ्या प्रकारची फळांची झाडे, गायींसाठी विस्तृत क्षेत्रावर लावलेला चारा, प्रत्येक गोष्ट माझे लक्ष वेधून घेत होते. माझ्यासोबत असणारे व्यवस्थापक आगळे यांचीसुद्धा तिसरी पिढीही इथे काम करते. व्यवस्थापकांचा मुलगा सागर आगळे इथे उच्च शिक्षण घेऊन व्यवस्थापनाचे काम करतोय.

व्यवस्थापकांनी सांगितले, "इथे असणाऱ्या वेगवेगळ्या उपक्रमाच्या माध्यमातून अनेकांच्या हाताला काम मिळते. शहराला शुद्ध हवा देणारा हा प्रोजेक्ट आहे, अशी पावती अनेकांनी दिली आहे. हंबरडा फोडणाऱ्या गाई पाहून असे वाटत होते, त्या कुणी तरी येणार असल्याची वाट पाहत होत्या. थोडाही गेटचा आवाज कानी आला, की गाईंची नजर त्या गेटकडे जात होती. एकीकडे प्रचंड सोय आणि दुसरीकडे प्रचंड हुरहूर, अशा दुहेरी वातावरणात जगणाऱ्या त्या गोकुळाचे कौतुक करावे तेव्हढे कमीच होते. शांत वाहणाऱ्या या वाऱ्याला कुणाची वाईट नजर लागू नये, इथला निसर्ग आणि गोमातेवरील प्रेम कायम राहावे, अशी मनोमन अशा ठेवून मी निघायच्या तयारीला लागलो.

सतत हंबरडा फोडणाऱ्या गायीच्या पाठीवरून मी हात फिरवता क्षणी ती हंबरडा फोडणारी गाय एकदम शांत झाली. माणसासारखी प्राण्यालाही स्पर्शाची भाषा कळते, हे मला त्याच क्षणी वाटले. मी निघताना हा प्रोजेक्ट माझा आहे, अशी भावना माझ्या मनात झाली. शेकडो माणसांच्या आणि गायींच्या तोंडचा घास हिरावू पाहणाऱ्यांनी एकदा तिथे असणाऱ्या गायींच्या डोळ्यात आपल्या माईचे रूप पाहिले, तर त्यांचे सिमेंटचे जंगल बनवण्याचे स्वप्न हवेत विरेल, नाही का?

■

३३.

अधिकाऱ्यांचा 'झरी' पॅटर्न

माझे काका (मावशीचे यजमान) प्रल्हाद होगे-पाटील, राज्यात अनेक ठिकाणी नगररचना विभागाचे अभियंता होते. ते सेवानिवृत्त झाले. परभणी जिल्ह्यातले झरी त्यांचे गाव. सेवानिवृत्तीनंतर काकांनी आपल्या गावात लोकांची सेवा, गावातील प्रश्न सोडवत शेती करणे पसंत केले आणि ते झरीला राहू लागले. गावात उत्तम काम आणि उत्तम शेती, अशी काकांची पंचक्रोशीत ओळख झाली.

ते खूप दिवसांपासून मला म्हणत होते, 'एकदा झरीला ये'; पण माझे काही जाणे होत नव्हते. सध्या मी 'यिन'च्या निवडणुकीच्या निमित्ताने राज्यभर फिरतोय. मी जालना येथील दौरा आटोपून काकांकडे झरीला पोहोचलो. काकांच्या घरी माणसेच माणसे बसलेली होती. काका कुणाशी शेतीबाबत बोलत होते तर कुणाशी मुलांच्या शिक्षणाबाबत बोलत होते. मी काही न बोलता शांतपणे त्यांचे आणि गावकऱ्यांचे बोलणे ऐकत होतो. गावकऱ्यांच्या आणि त्यांच्या संवादामधून मला झरी गाव किती समृद्ध आहे, गावात किती मोठे प्रयोग लोकांसाठी केलेले आहेत, हे दिसत होते. काका सर्वांना माझी ओळख करून देत होते. नाराज होऊन येणारा माणूस काकांच्या मदतीने, सल्ल्याने आनंदी होऊन घरी परतत होता. गर्दी कमी झाल्यावर मी काकांना उत्सुकतेपोटी विचारले, ''काका, झरी गाव एवढे समृद्ध कसे काय झाले?" काका म्हणाले, "गावातील लोकांसाठी काहीतरी करायचे आहे, ही भूमिका घेऊन गावाशी संबंध असणाऱ्या प्रत्येक बाहेरच्या माणसाने झरीसाठी महत्त्वाचे योगदान दिले."

होगे पाटील मला म्हणाले, "चल, आपण गावात फेरफटका मारून येऊ." आमच्या सोबत गावातील अनेक मंडळी होती. गावात सुरू असलेले अनेक उपक्रम आणि प्रोजेक्ट पाहण्यासाठी आमचे तीन-साडेतीन तास गेले. पूर्वी निजामाच्या काळात असलेली शाळा गावातल्या लोकांनी लोकवर्गणी करून बांधली. आठ हजार लोकसंख्या असणाऱ्या या गावात मोठा सरकारी दवाखाना उभा केला आहे. या दवाखान्यामुळे खासगी दवाखाने आसपास नाहीतच. पशुवैद्यकीय दवाखान्याची व्यवस्था पाहण्यासारखी उत्तम आहे. गावात जितकी काळजी माणसांच्या आरोग्याविषयी घेतली जाते, तेवढीच काळजी पिकांच्या आजाराविषयी घेतली जाते. त्यातून माती परीक्षणाची प्रयोगशाळा गावात उभी राहिली आहे.

शहराच्या जवळ असलेल्या नदीचे लोकसहभागातून आणि 'नाम'च्या मदतीने खोलीकरण करण्यात येऊन तिथे चौदा बंधारे बांधण्यात आले. त्यामुळे शेकडो हेक्टर जमिनी आणि गावातला पिण्याच्या पाण्याचा प्रश्न कायमस्वरूपी सुटला आहे. गावातले सगळे रस्ते उत्तम आहेत. त्याचे कारण प्रत्येक जण इथले चांगुलपण टिकवण्यासाठी काहीतरी करत असतो. झरीच्या स्मशानभूमीमध्ये मी अर्धा तास बसलो. त्या स्मशानभूमीत मला स्वर्ग दिसत होता. एवढे देखणे रूप त्या स्मशानभूमीचे होते. झरीचे भूमिपुत्र, शेतीनिष्ठ शेतकरी कांतराव देशमुख यांनी स्मशानभूमीसाठी एक एकर जमीन दान दिली आहे. देशमुख यांनी अनेकांच्या मदतीने त्या स्मशानभूमीचा कायापालट केला आहे.

झरी हे गाव अधिकाऱ्यांचे गाव आहे, याचीही माहिती मला मिळाली होती. झरीचे सरपंच दीपक देशमुख, उपसरपंच केशरबाई महेश मठपती या दोघांनी मला गावाचा कायापालट कसा झाला, हे सांगितले. ते म्हणाले, "आमच्या गावचे असणारे अनेक अधिकारी, त्या प्रत्येकाला वाटते, आपण आपल्या गावासाठी काहीतरी केले पाहिजे." विशेषतः औरंगाबादचे विभागीय आयुक्त डॉ. सुनील केंद्रेकर यांनी केलेल्या कामांविषयी ते खूप भरभरून बोलत होते. आरोग्य, शिक्षण आणि मुलांच्या व्यवसाय-नोकरीच्या बाबतीत केंद्रेकर सर यांनी गावासाठी दिलेले योगदान मी खूप जणांकडून ऐकले. माझ्या मनात विचार येत होता, केंद्रेकर यांनी ज्याप्रमाणे आपल्या गावासाठी योगदान दिलेले आहे, तसे योगदान प्रत्येक गावातल्या अधिकारी असणाऱ्या प्रत्येक अधिकाऱ्याने दिले तर त्या गावांचा कायापालट झाल्याशिवाय राहणार नाही.

मी केंद्रेकर यांचा नंबर घेतला आणि लगेच फोन केला. त्यांना मी माझी ओळख सांगितली. मी म्हणालो, "तुम्ही तुमच्या गावाचे 'नंदनवन' केले. एक अधिकारी आपल्या गावासाठी ठरवले तर काय करू शकतो, याचे उत्तम उदाहरण अवघ्या महाराष्ट्रात झरीचे घेता येईल. मी झरीत तीन तासांपासून फिरतोय. पावलोपावली तुमच्या कल्पनेच्या, शिस्तबद्ध कामाच्या, तसेच भविष्यातल्या विकासासाठी केलेले प्रत्येक काम मला दिसते. तुम्ही माझ्यापुढे असतात तर मी तुमच्या पायांवर माझे डोके ठेवले असते." केंद्रेकर हसून मला म्हणाले, ''अहो झाले का तुमचे बोलणे? आता मला बोलू द्या! माझे इतके कौतुक तुम्ही करू नका, मी झरीसाठी एक पोस्टमनची भूमिका पार पाडली आहे. मी ज्या-ज्या ठिकाणी काम केले, त्या-त्या भागात दुर्लक्षित असणाऱ्या खेडेगावांत मी झरीसारखे काम केले. झरीकडे माझे लक्ष अधिक आहे. कारण गावाशी माझे भावनिक नाते आहे. झरीत आता कुठे कामाला सुरुवात झाली आहे. अजून खूप कामे करायची आहेत. गावातील अनेक जण निवडणुकीच्या निमित्ताने माझ्याकडे येतात, तेव्हा मी कुणालाही नमस्कार करून परत पाठवतो. गावातील आरोग्य, शिक्षण, नवीन पिढीसाठी नोकरी, व्यवसाय यासाठी मला निश्चित योगदान द्यावेसे वाटते आणि मी देतोही." फोनवरून बराचवेळ आमच्या दोघांच्या गप्पा सुरू होत्या. आजूबाजूला माझ्यासोबत फिरणारी गावातली मंडळी फोनमुळे ताटकळत थांबली होती. "सर, मी संध्याकाळी फोन करतो," असे म्हणत, केंद्रेकर यांचा फोन मी ठेवला. केंद्रेकर सरांचा साधेपणा, त्यांची प्रशासनावर असलेली पकड, प्रचंड इमानदारपणा हे मला माहिती होते; पण गावासाठी त्यांनी दिलेलं योगदान मला झरीत गेल्यामुळे कळाले.

आमचे झरीचे बातमीदार अनिल जोशी, गजानन देशमुख, दत्तराव जगाडे, महेश मठपती, योगेश शिरडकर हे सर्वजण गावात फिरत असताना बाहेर असणाऱ्या अधिकाऱ्यांचे योगदान कसे आहे, याविषयीचे अनेक प्रसंग मला सांगत होते. दिवस सरत होता, मी निघण्यासाठी गडबड करत होतो, तेव्हा आमचे बातमीदार जोशी म्हणाले, ''होगे-पाटील यांचा आता मुलांचा एक क्लास आहे, तो क्लास तुम्ही ऐका आणि पुन्हा तुम्ही परतीला निघा." मी जोशी यांना विचारले, ''कशाचा क्लास आहे?" जोशी म्हणाले, "गावातल्या मुलांसाठी होगे-पाटील यांनी स्पर्धा परीक्षा आणि नेहमीच्या जगण्यामधल्या संस्कारांसाठी क्लास सुरू केला आहे. तुम्ही चला." आम्ही क्लासमध्ये गेलो. काकांचे उत्तम संभाषण

ऐकले. आपल्या लहानपणी पुस्तकी ज्ञानाशिवाय असे काही असते तर आपण किती मोठे झालो असतो, असा विचार माझ्या मनात आला. झरीमध्ये असणारे अनेक जण किती दानशूर आहेत, हेही मी पाहिले. दुसऱ्यांचे आशीर्वाद घेण्यासाठी आपण काहीतरी केले, ही भावना तर या लोकांची होतीच, शिवाय मला अनेक जण 'चहाला चला', 'घरी चला', 'जेवायला चला', असा प्रेमाचा आग्रह करीत होते. असे आपुलकीचे संस्कार मी यापूर्वी कुठल्याही गावात अनुभवले नव्हते. मी झरी गावातून निघालो, मला अनेक जण निरोप देण्यासाठी आले होते. झरीतून बाहेर पडताना अनेक प्रश्न माझ्या मनात होते.

गावाच्या कल्याणासाठी, विकासासाठी गावाबाहेर असणाऱ्या त्या प्रत्येकाने थोडा जरी सकारात्मक विचार ठेवला, तर झरीसारखे रूप अनेक गावांना येईल. प्रत्येक गावात केंद्रेकर, होगे-पाटील यांच्यासारखी माणसे असतातच हे खरे आहे. केवळ त्यांच्यामधला गावाविषयी असलेला हळवा कप्पा त्या अधिकारी असणाऱ्या माणसांनी उघडला पाहिजे. तुम्ही सर्वजण तुमच्या गावाविषयी काहीतरी कधीपासून करणार आहात आणि काय करणार आहात हे नक्की ठरवा, त्यापेक्षा कोणतेही काम पुण्याचे असू शकत नाही. झरी गावाचे अधिकाऱ्याने स्थानिकांच्या मदतीने केलेले मॉडेल महाराष्ट्रासाठी महत्त्वाचे आहे.

■

३४.

पाणीवाले चितांगराव गुरुजी

मी त्या दिवशी माझ्या गावी पाटनूरला होतो. सकाळी वर्तमानपत्र वाचत होतो. एक बातमी होती. लोकसहभागातून होणाऱ्या कामासाठी पाचवीत शिकणाऱ्या एका मुलाने आपला खाऊच्या डब्यात साठवलेले पैसे दिले. बातमीच्या खोलात जाऊन सर्व माहिती घेतली आणि त्याच दिवशी यवतमाळ जिल्ह्यात असलेल्या नागापूर गावाकडे मी निघालो. मी येत आहे अशी अगोदरच फोनाफोनी केली होती.

मी, गजानन मोरे, संभाजी पुयड, नितीन खरात आम्ही नागापूर गावात जाऊन पोहचलो. एक भली मोठी दाढी असलेल्या गुरुजींसह अनेक जण नागापूरमध्ये आमची वाट पाहत होते. आम्ही त्या गुरुजींच्या घरी गेलो. चहापान झाले. जे काम पाहण्यासाठी आम्ही आलो होतो, त्या कामाच्या ठिकाणी आम्ही पोहचलो. सगळीकडे पाणीच पाणी. शेकडो एकरमध्ये बागायती जमिनी. मोठे पूल आणि लोकसहभागातून उभे राहिलेले मोठे ऐतिहासिक काम. त्या कामाचे जनक होते ते दाढीवाले गुरुजी; जे आता 'पाणीवाले गुरुजी' म्हणून त्या भागाला परिचयाचे होते.

मी ज्या 'पाणीवाले गुरुजीं'विषयी सतत लोकांकडून ऐकत होतो, ते गुरुजी शिवाजी विद्यालय सातारी येथे शिक्षक होते. त्यांच्यामधली कामाची तळमळ पाहून त्यांच्या गावातले मोठे व्यक्तिमत्त्व असलेले प्राचार्य आपाराव कुर्मे यांनी तुम्ही पूर्णवेळ सेवाभावी कामात स्वतःला झोकून द्या, असा सल्ला या गुरुजींना

दिला. त्या शिक्षकाने राजीनामा दिला आणि पूर्णवेळ सेवाभावी कामात स्वतःला झोकून घेतले. गुरुजींनी आपल्या कामाची सुरुवात आपल्या गावापासून, आपल्या विभागापासून केली आणि पायाभरणीतच एक इतिहास निर्माण झाला. हाडाचे शिक्षक ते लोकांच्या मनातले सेवक, असा थक्क करणारा 'पाणीवाले गुरुजींचा' प्रवास मी अनुभवत होतो.

मी ज्या गुरुजींचे काम पाहून थक्क झालो, त्यांचे नाव चितांगराव गणपतराव कदम. गुरुजींचा प्रवास अगोदर गुरुजी, शिक्षक मग सरपंच आणि आता मुळावा जिल्हा परिषद सर्कलचे सदस्य असा झाला. तत्त्वनिष्ठ, कमालीचा साधेपणा, इमानदारीने दिलेला शब्द पाळणारी व्यक्ती हे सगळे शब्द जणू चितांगराव गुरुजी यांचे अलंकार आहेत, असे मला तिथल्या लोकांशी बोलताना जाणवले. शिक्षक असताना त्यांनी केलेल्या अनेक प्रयोगांचा इतिहास झाला. सरपंच असताना राज्यपातळीवरचे अनेक पुरस्कार नागापुर गावाला मिळाले. आता जिल्हा परिषद सदस्य असताना लोकसहभागातून त्यांनी त्या परिसराला नंदनवन केले. सरकारकडून एक नवा पैसा न घेता, मराठवाडा आणि विदर्भाला जोडणाऱ्या अनेक गावांना त्यांनी पूल बांधले. त्या पुलावर पाणी अडवणारे बांध बांधले. हे बांध, पूल बांधल्यामुळे शेकडो मुलांच्या शाळेचा प्रश्न मिटला, ३२ गावातल्या पिण्याचा, शेतीच्या पाण्याबाबतचा, अविकसित शिक्षक प्रणालीचा प्रश्न सुटला.

आम्ही कामाच्या ठिकाणी पोहचलो. तिवरंग ते तळणी, दिवटीपिंपरी ते साप्ती, बिटरगाव ते काळेश्वर, पळसी ते मनुला, पिंपरी ते पळशी अशा अनेक ठिकाणी पूल बांधण्याचे काम झाले होते. त्या पुलावरून संथ वाहणारे पाणी पाहून, राजकारणाला समाजकारणाची जोड देऊन लोकांची तळमळ ओळखणारी माणसे असतील तर काय होऊ शकते, असे प्रश्न माझे मलाच पडत होते. आम्ही ज्या बंधाऱ्याचे काम पाहत होतो, तिथे असणाऱ्यांमध्ये एक पाचवीत शिकणारा मुलगाही होता. त्याला मी थोडे बोलते केले. तो म्हणाला, "पावसाळ्यातले किमान चार महिने तरी शाळेत जाणे शक्य नव्हते. या पुलासाठी जेव्हा लोकवर्गणी मागायला सुरुवात झाली, तेव्हा मी माझ्या खाऊच्या डब्यातले पैसे गुरुंजींना दिले. आता या पुलामुळे मला शाळेत नियमित जाता येते." तो चिमुकला मोठ्या माणसासारखा बोलत होता. गुरुजी राजकारणात आले, तरी त्यांचा शिक्षक असलेला पिंड अजून कायम होता. हे त्या मुलाच्या बोलण्यातून जाणवत होते.

आम्ही जिथे जात होतो तिथे महिला-पुरुष भरभरून बोलत होते. आम्ही

कारमध्ये होतो आणि गुरुजी त्यांच्या 'यशवंती' नाव लिहिलेल्या दुचाकीवरून आमच्या पुढे होते. आमच्यासोबत असलेला गुरुजींचा मुलगा आदित्य सांगत होता, "बाबांनी हजारो किलोमीटरचा प्रवास 'यशवंती'वर केला आहे. दुचाकीवर फिरताना लोकांशी बोलता येते, लोकांचे प्रश्न समजतात, अशी बाबांची धारणा आहे, म्हणून ते दुचाकीवर फिरतात."

आम्ही गाडीतून पुढे पाहत होतो, रस्त्याने अनेक जण सन्मानाने हात जोडून गुरुजी यांच्यासमोर नतमस्तक होत प्रेमाने मिठी मारायचे. पळशी पुलावर एक आजोबा काठी टेकवत-टेकवत माझ्याजवळ येऊन म्हणाले, "बाबा, माझी तीस एकर जमीन, पण काय करू. एक रुपयाचा माल व्हायचा नाही. पाणी नसलेल्या जमिनीची अवस्था एखाद्या आई नसलेल्या लेकरासारखी असते बघ. आता पाणी आणि आमच्या जमिनीचे पिढीजात दारिद्र्य संपले. दोन वेळच्या तुकड्याला महाग असलेला आमचा भाग गुरुजींच्या तळमळीने आता सोन्याचे घास खाऊ लागलाय."

दिवस मावळतीकडे जात होता. त्या बंधाऱ्यातील पाण्यात मनसोक्तपणे वावरणाऱ्या पक्ष्यांना आता आपल्या घराची चाहूल लागली होती. या गावातून त्या गावात न थांबता गुरुजींनी बांधलेल्या त्या पुलावरून पडणारे पाऊल जणू परिवर्तनाचे पुढचे पाऊल गुरुजींचा वसा घेऊन पुढे पडत आहे, असे त्या लोकांच्या चेहऱ्यावरचा आनंद पाहून मला वाटत होते. ते सगळे काम बोलत होते. गुरुजी मात्र काहीही बोलत नव्हते. मी गुरुजींच्या जवळ गेलो. त्यांचे दोन्ही हात माझ्या हातात घेतले आणि म्हणालो, "गुरुजी आम्ही निघतो आता." गुरुजी म्हणाले, "असे कसे? भूक लागली असेल ना."

मी सहज बोलून गेलो, "हे काम पाहून भरले पोट माझे."

गुरुजी पुन्हा म्हणाले, "नाही हो, थोडा वेळ काढा. आईला मी शेंगोळे करायला सांगितले आहेत." गुरुजी, आई आणि शेंगोळे याला नाही म्हणायची माझी हिंमत नव्हती.

"लोक नाव ठेवतात, विरोध करतात; पण जो कामातून वेगळे आणि चिरंतन टिकणारे निर्माण करतो, त्याला कुणीही हरवू शकत नाही. मी जेव्हा जेव्हा निवडणूक लढवली, तेव्हा तेव्हा जिथे जिथे चहापान करायला पैसा लागायचा, तो मित्राकडून, लोकांकडून जमा झाला. तुमचा पक्ष, तुमचे नाव, तुमची जात यापेक्षाही तुमचे काम बोलते," गुरुजी बोलत होते.

आईविषयी बोलताना गुरुजी म्हणाले, "काही दिवसांपूर्वी बाबा गेले आणि आईच्या शरीरातून प्राण हरपून गेला असे झाले." आपल्या बाबांच्या आठवणीत डोळे पुसत गुरुजी म्हणाले, "आजही आईच आपल्या घरचा कारभार पाहते. पाच भाऊ आणि मोठा परिवार आजही एकत्र आहे." गुरुजी बोलत होते आणि आम्ही विद्यार्थ्यांच्या भूमिकेत होतो.

घरी दारासमोर गुरुजींची आई राजसबाई वाट पाहत उभ्या होत्या. "किती उशीर रे सोन्या," म्हणत आईने गुरुजीच्या पाठीवरून हात फिरवला. घरात पाऊल टाकताच शेंगोळ्याच्या सुगंधाने मन तृप्त झाले. जेवताना मध्ये-मध्ये आई गुरुजींना घास भरवत होती. गुरुजी जसे घराबाहेर ऋषीतुल्य होते तसे घरात आई, पत्नी सविता, मुलगी श्वेता यांच्या प्रेमाने भारावून गेलेले स्वामीतुल्य व्यक्तिमत्त्व होते. इथले सगळे काम, प्रेम मनात साठवून आम्ही परतीच्या वाटेने निघालो. 'पाणीवाले चितांगराव गुरुजीं'सारखी माणसे जर आणखी निर्माण झाली तर सरकारच्या नावाने आरडाओरडा करायची गरज पडणार नाही; शिवाय निर्मळ माणुसकीचा झराही सर्वत्र कायम वाहत राहील, नाही का?

■

३५.

दवा, दुआ आणि प्रेम...

त्या दिवशी सकाळी नांदेडच्या रेल्वे स्टेशनवर प्रवाशांची धावपळ सुरू होती. मी स्टेशनवर उतरलो.

माझे मित्र नयन बाराहाते ज्या फिजिओथेरपी सेंटरमध्ये उपचार घेत होते तिथे पोहोचलो. मी आल्याचे पाहून नयन यांना एकदम भरून आले. त्यांच्या शेजारी खुर्चीत बसलेल्या मुलीने नयन यांना विचारले : ''ये आप के भाई है क्या?''

नयन म्हणाले, ''नही. ये मेरे दोस्त है.''

त्या मुलीची ओळख करून देताना नयन मला म्हणाले, ''ही सूफिया. डॉक्टर आहे. तिलाही माझ्यासारखेच झाले आहे. तिचीही मानेखाली काहीही हालचाल नाही. तिला जीबीएस नावाचा आजार झालाय.''

सूफियाची आई रुखसाना पठाण, सूफियाचा भाऊ अजमान असे आम्ही बोलत होतो, तितक्यात तिथे एक मुलगा आला. सूफियाच्या आईने त्याची माझ्याशी ओळख करून दिली. त्याचे नाव साजिद. सूफिया-साजिद यांच्या वाट्याला आलेल्या स्थितीविषयी सूफियाच्या आईने जे सांगितले ते वेदनादायी होते.

नांदेड शहरात राहणारी सूफिया आणि साजिद शेख यांचे लग्न ठरले. लग्नाआधीचे सर्व विधी झाले. लग्न आठ दिवसांवर होते, तेव्हाच सूफियाला एकदम झटका आला आणि तिचे दोन्ही हात-पाय लुळे (पॅरलाईज्ड) पडले.

दोन्हीकडच्या कुटुंबांपुढे मोठाच पेचप्रसंग उभा राहिला. आता आपल्या मुलीचे काय होणार, या काळजीने सूफियाची आई साहजिकच खचून गेली.

मात्र, सूफिया अगदी बिनधास्त होती, असे तिच्या आईने सांगितले. तिच्या सकारात्मकतेविषयी ऐकून मलाही नवल वाटले.

गेल्या दोन महिन्यांपासून साजिद हा सूफियाची पूर्ण वेळ काळजी घेतोय.

साजिद सूफियाला भरवत होता.

''तुझ्या घरचे लग्नासाठी आता परवानगी देतील का?'' मी साजिदला बिचकत बिचकतच विचारले.

साजिद म्हणाला, 'आता परवानगी कशासाठी? आमचे लग्न तर अगोदरच ठरलेय ना...' ''तसं नाही रे. आता असे झाले आहे म्हणून...'' मी म्हणालो. साजिद हसला. सूफियाचे डोळे पुसत म्हणाला, ''अहो, लग्नानंतर असे झाले असते तर मी सूफियाला सोडले असते का? आणि जर मी दुसऱ्या मुलीशी लग्न केले आणि तिलाही सूफियासारखेच काही झाले तर मग काय करायचे? अल्लाहने ठरवले तर सर्व काही ठीक होईल. माणसाच्या मनात नेकी पाहिजे. आपल्या प्रेमावर विश्वास पाहिजे.''

दोघे एकमेकांच्या प्रेमाविषयी बराच वेळ बोलत राहिले...

''सूफियाचे वडील काय करतात?'' मी सूफियाच्या आईला विचारले. या प्रश्नावर एकदम शांतता पसरली. ''ते एका अपघातात वारले,'' दाटून आलेल्या आवाजात सूफियाच्या आईने सांगितले.

सूफियाचे सर्व कुटुंब एकत्र होते. आईच्या स्वप्नानुसार सूफिया डॉक्टर झाली. सादिक इंजिनिअर आहे.

सूफिया म्हणाली, ''दादा, मला असे काही होईल, असे स्वप्नातही वाटले नव्हते. आयुष्यात मला कुणावर ओझे होऊन राहायचे नाही. पहिल्यापेक्षा आता माझी तब्येत चांगली आहे.''

अजमान म्हणाला, ''दवा आणि दुआ तर आहेच, त्यांचा असर किती होतो ते माहीत नाही; पण साजिदच्या प्रेमामुळे सूफिया लवकर बरी होऊ लागली आहे. साजिद आम्हा सर्वांबरोबर आहे म्हणून आम्हीही सन्मानाने उभे आहोत. सूफियाच्या या अवस्थेमुळे साजिदने जर नकार दिला असता तर सूफियासह आम्हा सर्वांचे काय झाले असते काय माहीत.'' हे सर्व सांगत असताना अजमान जरा भावुक झाला होता. त्यांची आई पुन्हा रडायला लागली.

नयन हे सर्व शांतपणे पाहत होते. ते म्हणाले, ''माणसामाणसांतला दृढ विश्वास जर कायम असेल तर माणुसकी शाबूत राहील, प्रेम वाढेल. तुम्ही दोघांनी जे ठरवले आहे, त्याला कुठलाही समाज कितीही विरोध करू पाहत असेल तरी त्याला यश येणारच नाही. तुमचे एकमेकांवरचे प्रेम असेच कायम ठेवा.'' नयन यांचे हे बोलणे ऐकून भावुक झालेल्या त्या सर्व चेहऱ्यांवर समाधानाची छटा दिसत होती. सादिक माझ्या जवळ आला आणि म्हणाला, ''तुमच्याशी बोलल्यामुळे मन मोकळे झाले.''

आमच्या गप्पा रंगल्या असतानाच, ज्या 'शिवांश न्यूरोरिहॅबिलिटेशन सेंटर'मध्ये नयन आणि सूफिया उपचार घेत आहेत, त्या सेंटरच्या प्रमुख अश्विनी धोंडे तिथे आल्या.

नयन आणि सूफिया यांनी माझी त्यांच्याशी ओळख करून दिली. अश्विनी या जर्मनीत होत्या. आपल्या भागासाठी, माणसांसाठी काही तरी केले पाहिजे, या भावनेतून त्यांनी आपल्या गावाला, नांदेडला, हे सेंटर उभारले. नांदेड जिल्हा हा तसा मागास भाग. भोवताली आदिवासी जमात असलेला भाग. गरिबी आणि रोगराई हा या जिल्ह्याला लागलेला जूण शापच. अर्धांगवायूसारख्या गंभीर आजारातून बाहेर यायचे असेल तर हैदराबाद किंवा मुंबई गाठल्याशिवाय दुसरा पर्यायच नसायचा. आता अश्विनी यांच्या या सेंटरमुळे हैदराबाद, मुंबईला जाण्याची वेळ येत नाही. अश्विनी यांनी मला सर्व सेंटर दाखवले. तिथे उपचार घेणाऱ्या अनेक रुग्णांना मी भेटलो. जे फिजिओथेरपी करून स्वतःच्या पायावर उभे राहण्याचा प्रयत्न करत होते, ते सर्व उपचारांबाबत समाधानी होते.

अश्विनी म्हणाल्या, ''इथल्या लोकांकडे नाममात्र द्यायलाही पैसे नसतात. मीही कधी पैशाचे फारसे कुणालाही विचारत नाही. येणारा प्रत्येक रुग्ण आपल्या पायावर उभा राहिला पाहिजे हे माझ्यासाठी महत्त्वाचे असते.''

मला आईवडिलांना भेटण्यासाठी पाटनूरला जायचे होते. मी सेंटरहून निघालो. नयन यांचा निरोप घेऊन मी सूफियाकडे गेलो. सूफियाने मला जवळ बोलावले. माझा हात हातात घेऊन सूफिया म्हणाली, ''दादा, माझ्या लग्नाला येणार ना..!'' ''हो, नक्की!'' तिचा हात थोपटत मी म्हणालो.

सतत उदास असणाऱ्या सूफियाच्या आईच्या चेहऱ्यावर आम्हा बहीण-भावाचे हे प्रेम पाहून आनंद झळकू लागला...

■

३६.

सागर, संगीत आणि प्रेम...

बेलापूरहून त्या दिवशी मी मंदार फणसे यांना भेटायला ठाण्याला जायला निघालो. रेल्वेस्थानकात खूप गर्दी होती. गाडी आली आणि एकच पळापळ सुरू झाली. गाडी थांबताच मागची माणसेपुढच्या माणसांना रेल्वेच्या डब्यात अलगद नेऊन ठेवत होती. घाई-गर्दीत माझ्या जवळचा डबा पुढे कधी गेला समजले नाही. मी अगदी डोळे बंद करून मागचा डबा पकडला. गाडीत चढलो. गाडीत गेल्यावर डोळे उघडून पुढे पाहिले तर काय? त्या डब्यातले सगळेजण माझ्याकडे एखाद्या गुन्हेगाराकडे पाहावे तसे पाहत होते. आजूबाजूला पाहिल्यावर लक्षात आले, आपण अपंगांच्या डब्यात आलो. एक व्यक्ती माझ्याकडे पाहत म्हणाली, ''अरे चांगला धडधाकट आहेस ना? कळत नाही का तुला? अपंगांच्या डब्यात आलास.'' मी म्हणालो, ''मला माफ करा काका, मी चुकून आलो.'' तसा डबा रिकामाच होता. माझा विचार होता पुढच्या स्टेशनला उतरावे. माझ्या बाजूला अंध असलेले जोडपे बोलत बसले होते. त्यांचा आवाज स्पष्टपणे कानांवर पडत होता. दोघेही एकमेकांशी गोड बोलत होते. असे वाटत होते, त्यांचे बोलणे सतत ऐकत राहावे. मी घाबरत-घाबरत त्या अंध व्यक्तीला म्हणालो, दादा तुम्ही नवरा-बायको आहात काय? ती अंध व्यक्ती एकदम सावध झाली. ती महिलाही एकदम स्तब्ध झाली. तो लगेच म्हणाला, "हो." त्यांनी लगेच मला विचारले, "आपला परिचय?" मी माझा परिचय दिला. मी पुन्हा त्या व्यक्तीला म्हणालो, "अहो चुकीने मी अपंगांच्या डब्यात चढलो." ती व्यक्ती हसत म्हणाली, "जागा

असेल तर बसा. अहो, त्यात काय, जागा आहे ना? ही लाल काठी हातात घ्या. म्हणजे हा डबा आपल्या मालकीचा आहे, असे समजणारे शांत बसतील." आम्ही तिघेही हसलो. आमच्या गप्पा सुरू झाल्या. पुन्हा मला "या डब्यात का बसलास?'' असे कुणीही विचारले नाही. बाकी काही नाही, त्या लाल रंगाच्या काठीचा महिमा. तो अंध बांधव आणि महिला दोघेही खूप हौशी वाटत होती. ती व्यक्ती मला सांगत होती, माझा हा पत्रकार मित्र खूप ओळखीचा आहे, त्या पत्रकाराचे चर्चासत्र मी नेहमी ऐकतो. दोघेही शंभर टक्के अंध होते; पण उत्साह विचारू नका. ते काय करतात, कुठे राहतात, किती दिवसांपासून सोबत आहेत. इथपासून ते पुढे काय करणार आहेत इथपर्यंत त्यांनी सर्व मला सांगितले. त्यांचा प्रवास आणि नाते मी जेव्हा त्यांना विचारले, तेव्हा त्यांनी उत्तर दिले. "तुम्ही लग्न करायचा निर्णय केव्हा घेतला?'' हा प्रश्न विचारल्यावर मात्र त्यांच्या उत्साही चेहऱ्यावर एकदम शोककळा पसरली. माझ्या लक्षात आले, हे सांगत नाहीत म्हणजे यामागे काहीतरी कारण आहे. ते दोघेही शांतच होते.

मी ज्यांच्याशी बोलत होतो, त्यांचे नाव सागर आणि संगीत (दोघांची नावे बदललेली आहेत.) दोघंही नवी मुंबईतल्या दोन वेगवेगळ्या कार्यालयांत काम करतात. सागर वर्ध्याचे आणि संगीत जळगावच्या. या दोघांच्या लग्नाला पंधरा वर्षं झाली. या दोघांची रेल्वेमध्ये मैत्री झाली. मैत्रीचं रूपांतर प्रेमात झाले. इथपर्यंतचा प्रवास त्यांनी मला सांगितला. पण मी जेव्हा त्यांना विचारले, "तुम्ही लग्न करायचा निर्णय केव्हा घेतला?" त्यावर ते गप्प होते.

गप्पांच्या ओघात ठाणे कधी आले हे कळले नाही मला. माझ्या हातातल्या काठीला सरळ करून मी सागरच्या हाती दिली. मी रेल्वेतून बाहेर पडलो. त्यांचा बराचसा प्रवास समजून घेण्याचे माझे तसेच राहून गेले होते.

मी त्या दोघांनाही विचारले, "तुमची काही हरकत नसेल, तर आपण चहा घेऊ शकतो का?" त्यांनी थोडासा विचार केला आणि पुन्हा होकार दिला. ठाणे स्टेशनमधल्या हॉटेलमध्ये आम्ही बसलो. सागर चहाचा घोट घेत-घेत गोड आवाजात म्हणाले, "हे बघा पत्रकार महाशय, संगीतच्या आयुष्यात खूप मोठा भूकंप झालाय, तो पुन्हा-पुन्हा डोळ्यांसमोर आला की आम्ही खचून जातो."

मी पुन्हा विचारले, "असे काय झाले होते?" ते पुन्हा शांत झाले. संगीतच बोलायला लागल्या, तेव्हा सागर मध्येच म्हणाला, "नको ना सांगू, मला ते ऐकायचे नाही."

त्या लगेच सागरला म्हणाल्या, "आपल्या मनातले सांगितल्यावर मन हलके होते रे." असे म्हणत संगीत बोलायला लागल्या, "माझी आणि सागरची मैत्री नुकतीच फुलत होती. आम्ही दोघेजण एकाच ट्रेनने ये-जा करायचो. दरम्यानच्या काळात सागर काही दिवस आजारी पडला. मी एकटीच ये-जा करायची. त्या दिवशी माझी नेहमीची ट्रेन चुकली. दुसरी ट्रेन उशिरा होती. त्या ट्रेनने मी निघाले. कोपरखैरणे स्टेशनवर माझ्या डोक्यावर काही तरी पडले आणि मी बेशुद्ध झाले. त्यानंतर मला पाच दिवसांनी दवाखान्यात जाग आली. सागरसह माझ्या ऑफिसमधील मंडळी माझ्या अवतीभोवती होती. मी दवाखान्यात का आले, मला काय झाले, हे कुणीही सांगत नव्हते." आता पुढे काय, आता पुढे काय? ऐकताना माझी उत्सुकता शिगेला पोचली होती. सागर म्हणाले, "जे घडू नये ते घडले होते. संगीतच्या अब्रूवर घाला पडला होता. सीसीटीव्ही फुटेजच्या माध्यमातून पोलिस आरोपीपर्यंत अजून पोहोचतच आहेत. चार दिवसांनी संगीतला जाग आली." सागर हे सर्व सांगत असताना संगीत सागरच्या खांद्यावर डोके ठेवून अश्रूंना वाट मोकळी करून देत होत्या. माझेही मन ते ऐकताना सुन्न झाले होते.

संगीत पुन्हा मला सांगत होत्या. "मी पंधरा दिवस दवाखान्यात होते. ते पंधरा दिवस सागरने माझी खूप सेवा केली. आता दोन-तीन दिवसांत सुटी मिळणारच तेव्हढ्यात डॉक्टरांनी अजून एक वाईट बातमी सांगितली." मी म्हणालो, "काय झाले?" संगीत सांगू शकत नव्हत्या. सागर म्हणाले, "या अपघातामुळे संगीतची कूस आता कधीही उजवणार नव्हती. ती कधीही आई होणार नव्हती." हे ऐकून मलाही धक्का बसला. आमच्या त्या प्रवासात दोघांनी मला अशा अनेक गोष्टी सांगितल्या, ज्यांतून धडधाकट, डोळस असलेली माणसे पशूसारखी वागत होती.

"हातातली नोकरी गेली, अब्रूच्या चिंध्या झाल्या, भविष्यात येणाऱ्या गर्भाने कायमचे तोंड वाकडे केले. आता जगायचे कशासाठी?... विचार करून-करून मी वेडी होणार होते. कचऱ्याच्या डब्यात लहानपणी डोळे उघडले होते. आता नेमकेच पाय ठेवायला लागले, तेव्हा लगेच नियतीने सर्व हिरावून घेतले." संगीत एक एक प्रसंग मला सांगत होत्या आणि मी ऐकत होतो.

संगीत म्हणाल्या, "दवाखान्यात एके दिवशी सागर मला जेवायला घेऊन आला. सोबत मला आवडणारा गजराही त्याने आणला होता. रोज तो मला

हाताने भरवायचा." जेवण झाल्यावर तो म्हणाला, "मला तुझ्याशी काहीतरी बोलायचे आहे.'' मी म्हणाले, "बोल ना.'' तो म्हणाला, "आपल्याला पुढच्या आठवड्यात लग्न करायचे आहे.'' मला त्याचे हे शब्द ऐकून एकदम रडू कोसळले. काय बोलावे तेही सुचेना. सागर माझ्यावर प्रेम करतो, हे मला माहिती होते; पण हा सर्व प्रकार झाल्यावर तो मला पूर्णपणे स्वीकारेल, याची खात्री मला नव्हती. कामोठेच्या डॉ. कांचन यांनी आमचा विवाह लावला. दोघांना नोकरीही लावून दिली. डॉ. कांचन पाटील वडगावकर यांनी आम्हाला आयुष्यात आनंदी कसे राहायचे, हे शिकवले.

मी मध्येच सागर यांना विचारले, "तुम्हाला हे सर्व माहिती असताना तुम्ही संगीतला स्वीकारले कसे काय?'' सागर म्हणाले, "माझा मोठा परिवार, मी अंध आहे म्हणून मला सोडले. आई-वडील तर कधीच सोडून गेले होते. मला संगीतचा खूप आधार वाटायचा. मी तिच्यावर खूप प्रेम करत होतो. कामावरून घरी जाताना रेल्वेत तिचे एक गाणे ऐकले की माझा थकवा दूर व्हायचा." सागर आपल्या भावना व्यक्त करीत होते. त्यांना अनेक वेळा भरून येत होते. त्या हॉटेलमधला वेटर येऊन आम्हाला 'आता चला उठा' म्हणत होता. मी चहाचे बिल देत होतो. "तुम्ही बहिणीकडे आलात, मी बिल देऊ देणार नाही," असे म्हणत संगीतने बिल दिले. आता आम्ही एकमेकांचा निरोप घेणार होतो. मी सागरला मिठी मारली. त्यांच्या स्पर्शामध्ये कमालीची सकारात्मकता होती. मी निघणार तेवढ्यात संगीतने आपले डोळे पुसत मला मिठी मारली. कमी वेळात माझे आणि त्या दोघांशी नाते निर्माण झाले होते.

मी एका दिशेने निघालो आणि ते एका दिशेने निघाले. माझा पाय त्या दोघांपासून दूर जायला तयार नव्हता. माणूस किती गरीब, किती श्रीमंत आहे; दिसायला कसा आहे, अपंग आहे की धडधाकट आहे, यापेक्षा त्यांनी इतरांसाठी काय योगदान दिले, हे महत्त्वाचे आहे. सागरचे योगदान तर सर्वार्थाने महत्त्वाचे होते.

■

३७.

जीवन तारणारा गांधीविचार...

राज्यात 'यिन'च्या निवडणुका होत आहेत. त्यानिमित्ताने राज्यभर फिरतोय. नाशिकचा दौरा झाल्यानंतर मी जळगावच्या दिशेने निघालो. मी ठरवले होते, या वेळी आपण जळगावच्या जैन हिल्समध्ये राहायचे. महात्मा गांधीजींच्या विचारांच्या छायेत राहता येईल. मी अनेक वर्षं सर्वोदय चळवळीचे काम केले असल्यामुळे गांधी आणि सर्वोदय हे मनात रुजले आहे. आम्ही जैन हिल्सला पोहोचलो. तो परिसर इतका देखणा होता, की माझ्या गाडीचा चालक गणेश डावखर गाडीतून उतरल्यापासून फोटो काढायला लागला होता. मी गांधींची सर्वांत जुनी आणि दुर्मीळ असणारी पुस्तके चाळत होतो.

इतक्या सकाळी किशोर कुलकर्णी, उदय महाजन आणि माझे 'सकाळ'मधले जुने सहकारी अनिल जोशी प्रार्थनेसाठी मला घ्यायला आले. प्रार्थना सुरू झाली. माझ्या अगदी बाजूला बसलेली एक व्यक्ती अगदी उत्साहाने प्रार्थना म्हणत होती. प्रार्थनेनंतर आम्ही सूतकताईला बसलो. आजूबाजूला अनेक जण होते. माझा सूतकताईचा वेग आणि आजूबाजूच्या सर्वांचा वेग सारखाच होता. माझ्या बाजूला जे गृहस्थ होते, ते उत्साहाने गाणे म्हणत होते. त्यांचा वेग मात्र कमालीचा जास्त होता.

मी त्यांना सहज म्हणालो, "बापरे, तुमचा वेग किती आहे!" ते लगेच म्हणाले, "अहो, मी हे तुरुंगामध्ये शिकलो आहे." ते बोलता बोलता सहज बोलले. तुरुंगाचे नाव काढल्यावर आजूबाजूचे सर्व जण त्या व्यक्तीच्या

चेहऱ्याकडे आश्चर्याने बघत होते. मी सूत कातत होतो खरा; पण माझे सर्व लक्ष त्या व्यक्तीच्या हालचालींकडे होते. ते का गेले असतील तुरुंगात, कुठले कारण असेल, असे प्रश्न माझे मला पडले होते.

आमचे सूतकताईचे काम संपले. जे गृहस्थ माझ्यासमोर बसले होते, त्यांना मी गाठले. त्यांचा आणि तुरुंगाचा संबंध कसा काय? असे काही प्रश्न मी त्यांच्यासमोर ठेवले. त्यांच्या बोलण्यामधून अनेक विषय समोर आले.

मी ज्या गृहस्थांशी बोलत होतो, त्यांचे नाव संतोष महादेव भिंताडे. मूळचे सातारा भागातील असलेले संतोष १९९० मध्ये पुण्यात बी.कॉम. करीत होते. नेहमी सामाजिक पिंड बाळगणारे संतोष सतत दुसऱ्यांच्या मदतीला धावून जायचे. पुण्यात ते ज्या कोथरूड भागात राहायचे, तिथे एक मुलगा मुलींची छेड काढायचा. अनेक वेळा त्या छेड काढणाऱ्याला समजावून सांगूनही हे प्रकरण थांबले नाही. छेड काढणाऱ्याला धडा शिकवताना संतोष यांच्या हातून त्याचा जीव गेला. रागाच्या भरात होत्याचे नव्हते झाले. संतोष मला सगळे सांगत होते. “पोलिसांनी मला पकडले. पाच वर्षे केस चालली. या काळात नोकरी आणि लग्न या दोन्ही विषयांचा दुरान्वयेही संबंध नव्हता. ती पाच वर्षे मी तणावाखाली काढली. १९९५ मध्ये १ सप्टेंबरला मला चौदा वर्षांची जन्मठेप झाली. मी तुरुंगामध्ये जाताना पूर्णपणे खचून गेलो होतो. माझे वडील रेल्वेमध्ये पोलिस अधिकारी होते. झालेला प्रकार त्यांनी स्वीकारला होता. ते मला तुरुंगामध्ये सतत भेटायला यायचे. मात्र आईचे तसे नव्हते. माझ्या आईचे नाव यमुना, ती बाबांना म्हणायची, ‘संतोषने जे केले, ते माझे संस्कार नाहीत.’ ती मला भेटायला तुरुंगात यायची नाही. तिचा स्वाभिमान मला स्वीकारत नव्हता.

माझ्या काळजीने ती खंगून गेली होती. तिच्या आजारासाठी मी तुरुंगातून पॅरोलवर घरी यायचो. घरी आल्यावर दोनच विषय होते. एक आईचा आजार आणि दुसरा म्हणजे, अनेक जण सांगायचे, “तुम्ही यांच्याकडे जा, तुम्ही त्यांच्याकडे जा, तुम्ही विनंती अर्ज करा म्हणजे तुमची शिक्षा माफ होईल.” खूप अर्ज केले, खूप पत्रव्यवहार केला; पण काही फायदा झाला नाही. मी असेच एकदा तुरुंगामधून आईसाठी घरी आलो होतो. मी तुरुंगामध्ये राहून दोन पदव्या मिळविल्या होत्या. गांधी परीक्षेत मी राज्यात पहिला आलो. तुरुंगामध्ये मी केलेले चांगले काम पाहून अनेक रूपाने शाबासकीची थाप माझ्या पाठीवर पडायची. हे सगळे मी माझ्या आईला घरी आल्यावर सांगितले. आई कधीच

माझ्या डोळ्यात डोळे घालून बोलायची नाही. त्यादिवशी आई खूप भावनिक होऊन माझा हात हातामध्ये घेऊन रडत होती.”

संतोष म्हणाले, “माझा दोष नसताना मी तुरुंगामध्ये गेलो. ज्यांनी ज्यांनी मला त्रास दिला, त्या सर्वांचा बाहेर गेल्यावर बदला घ्यावा, असे विचार माझ्या मनात घर करू लागले; पण मी जेव्हा गांधीजींचे ‘सत्याचे प्रयोग’ हे पुस्तक वाचले, तेव्हा माझ्या सर्व प्रश्नांची उत्तरे मिळाली. महात्म्यांना जे चुकले नाही, तिथे आपण कोण? ‘सर्वोदय’चे अध्यक्ष आणि प्रचारक श्रीराम जाधव यांची गांधी विषयाशी संबंधित भाषणे तुरुंगामध्ये अनेक वेळा ऐकली. ‘मारणारा विचार’ माझ्या मनात होता; पण गांधीविचारांच्या सहवासाने माझ्यात ‘तारणारा विचार’ खोलवर रुजला. दहा वर्षे येरवडा आणि चार वर्षे पैठणच्या जेलमध्ये राहिल्यावर माझी शिक्षा पूर्ण झाली. आता मी इथे जैन हिल्समध्ये आहे. मी ज्या गांधीविचारांमुळे परिपूर्ण माणूस झालो, त्या गांधीविचारांनी अनेक माणसे गांधीमय करायची, या विचाराने मी या आश्रमात आहे.”

मला मीटिंगसाठी जायचे होते. दिव्या भोसले आणि सुकन्या महाले या दोघींसह ‘यिन’ची कोर टीम मला घेऊन जाण्यासाठी जैन हिल्सला आली. मला निघणे गरजेचे होते. संतोष यांचे हात हातांमध्ये घेत मी तिथून निघालो. मी जाताना संतोषही भावनिक होत होते. मागे घडलेल्या त्या घटनेत, संतोष यांनी गुन्हा केला, की त्यांना अडकवले, हे मला माहिती नाही.

मला एवढेच माहिती होते, संतोष हा माणूस आता माणुसकी वाढवण्यासाठी मोठे काम करीत आहे. ते आता मारणारे नाहीत, तर तारणारे आहेत. एखादी चूक झाली असेल, तर ठीक आहे. त्यानंतर स्वतःला सावरून आपण उत्तम काम करू शकतो. आपल्या आजूबाजूला असे अनेक संतोष आहेत, ज्यांना नव्याने जगण्यासाठी आपण प्रेरित केले पाहिजे, बरोबर ना? प्रत्येक ठिकाणी गांधी किंवा गांधीविचार पोहोचू शकत नाहीत, हेही तेवढेच खरे!

■

संदीप रामराव काळे

M.A., M.C.J., M.B.A., D.N.Y.S.
इ-मेल : sandip98868@gmail.com
मोबाइल : ९८९००९८८६८

- सध्या मुंबई (महाराष्ट्र) येथे 'सकाळ माध्यम समूहा'त संपादक (युथ) पदावर कार्यरत.
- आतापर्यंत विविध साप्ताहिकं, वर्तमानपत्रं, टीव्ही न्यूज चॅनेलमध्ये संपादक पदासह महत्त्वाच्या पदांवर कार्यरत.
- एम.जी.एम. राजीव गांधी पत्रकारिता महाविद्यालय आणि विवेकानंद पत्रकारिता महाविद्यालयात पत्रकारिता विभागाचे प्रमुख प्राध्यापक म्हणून काम पाहिले आहे.
- 'महाराष्ट्रभूषण', 'महाराष्ट्रगौरव', 'महाराष्ट्रदीप', 'यशवंतराव चव्हाण', 'बाबा दळवी' यांसह शासन, सामाजिक संस्था, पत्रकार संघ, यांच्या वतीने दिले जाणारे २१८ पुरस्कार आतापर्यंत मिळाले आहेत.
- आजपर्यंत ६३ पुस्तके प्रकाशित. 'मु.पो.आई' या पुस्तकाची मराठीत सर्वाधिक खपाचे पुस्तक म्हणून नोंद.
- सकाळच्या 'सप्तरंग' पुरवणीत दर रविवारी प्रकाशित होणारे 'भ्रमंती LIVE' हे सदर लोकप्रिय आहे.
- 'सकाळ' ने तरुणाईसाठी सुरू केलेल्या यिन या प्रोजेक्टचे प्रमुख. २०१३ पासून यिनमध्ये ६६ लाख युवक अनेक प्रोजेक्टवर काम करतात.
- 'सकाळ'मध्ये महिलांच्या सामाजिक कार्यावर लेखन केल्यामुळे 'इंडिया बुक'मध्ये रेकॉर्ड.
- सलग आठ वर्षं 'सकाळ'मध्ये सामाजिक विषयावर कॉलम लिहिल्यामुळे 'वर्ल्ड रेकॉर्ड बुक'मध्ये नोंद.
- देशातील पत्रकारांसाठी सुरू केलेल्या 'व्हॉइस ऑफ मीडिया' या संघटनेचे संस्थापक तथा राष्ट्रीय अध्यक्ष. देशभरात अठ्ठावीस हजार पत्रकार या संघटनेत काम करतात.
- अभ्यास टूर : अमेरिका, साऊथ कोरिया, मलेशिया, जपान.

www.ingramcontent.com/pod-product-compliance
Lightning Source LLC
LaVergne TN
LVHW090405051026
849518LV00006B/2245
* 9 7 8 8 1 1 9 3 1 1 2 4 8 *